EYJAFJALLAJÖKULL
Stórbrotin náttúra | Untamed Nature

UPPHEIMAR

EYJAFJALLAJÖKULL

Stórbrotin náttúra | Untamed Nature

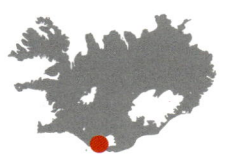

ARI TRAUSTI GUÐMUNDSSON   VOR / SPRING 2010   RAGNAR TH. SIGURÐSSON

EYJAFJALLAJÖKULL
Stórbrotin náttúra | Untamed Nature

© Allur réttur áskilinn | All rights reserved

Höfundur texta og þýðandi | Author and translator
 © Ari Trausti Guðmundsson

Aðalmyndhöfundur | Principal photographer
 © Ragnar Th. Sigurðsson

Ljósmyndari | Photographer
Bls. | Pages: 42, 43, 44
 © Sigurður Stefnisson

Ljósmyndari | Photographer
Bls. | Pages: 27, 99, 100
 © Kjartan Guðmundsson

Myndvinnsla | Image processing
 Ragnar Th. Sigurðsson

Prófarkalestur | Proofreading
 Katelin Parsons
 Bjarni Gunnarsson

Hönnun og umbrot | Design and layout
 Uppheimar / Aðalsteinn Svanur Sigfússon

Prentun | Printing
 Oddi umhverfisvottuð prentsmiðja

Fyrsta útgáfa | First edition
 Júní | June 2010

Útgefandi | Published by
 Uppheimar

ISBN 978-9979-659-70-9

EFNISYFIRLIT | INDEX

RITHÖFUNDURINN / THE AUTHOR	6
LJÓSMYNDARINN / THE PHOTOGRAPHER	7
INNGANGSORÐ / INTRODUCTION	9
EINN MIÐUR GÓÐAN VEÐURDAG / THE DAY IT ALL STARTED	10
FAGURBRYÐJAN / THE BEAUTIFUL BEAST	12
MEÐAL VIRKUSTU ELDGOSASVÆÐA HEIMS / AMONG THE WORLD'S MOST ACTIVE VOLCANIC REGIONS	18
HEITI REITURINN Á ÍSLANDI / THE ICELAND HOT SPOT	20
BELTI OG KERFI / ZONES AND SYSTEMS	22
AÐDRAGANDI ELDGOSA / THE ONSET OF AN ERUPTION	24
ÓLÍKIR FLOKKAR ELDGOSA / DIFFERENT TYPES OF ERUPTIONS	25
JÖKULHLAUP / SUBGLACIAL FLOODS	26
FRÆGUR Á EINNI NÓTTU / AN UNPRONOUNCEABLE HOUSEHOLD NAME	30
FORLEIKURINN / THE FOREPLAY	34
FRÉTTAEFNI OG AÐDRÁTTARAFL FYRIR ALMENNING / MAKING NEWS AND ROPING IN THE PUBLIC	36
GOSHLÉ / AN INTERLUDE	46
NÆSTA GOSSTIG VELDUR HEIMSTITRINGI / A SECOND PHASE ROCKS HALF OF THE WORLD	48
ÖSKUSKÝ ÓGNAR / ENGULFED BY ASH	58
ÞRIÐJA STIGIÐ – UM HÆGIST / THE THIRD PHASE – SLOWING DOWN	64
FJÓRÐA STIGIÐ – HVERT STEFNIR? / THE FOURTH PHASE – HEADING WHERE?	72
KATLA BÍÐUR SÍNS TÍMA / THE LOOMING KATLA	96
KÖTLUGOS Á SÖGULEGUM TÍMA / ERUPTIONS OF KATLA IN HISTORIC TIMES	98
STÓRT, LÍTIÐ, NÁLÆGT EÐA FJARRI / LARGE OR SMALL, NEAR OR FAR	102
JARÐELDUR GETUR BREYTT VEÐURFARI / ERUPTIONS CAN AFFECT THE CLIMATE	104
ELDGOS OG FÓLK / DO PEOPLE AND VOLCANOES MIX?	106
ELDGOS OG VÍSINDI / VOLCANOES AND SCIENCE	108
FYRIR ÞÁ SEM LEITA FREKARI UPPLÝSINGA OG EFNIS / FOR MORE ON ICELANDIC VOLCANOES	110
EYJAFJALLAJÖKULL – SPRUNGUR OG ELDSTÖÐVAR / EYJAFJALLAJÖKULL – FISSURES AND VOLCANIC STRUCTURES	111

RITHÖFUNDURINN

THE AUTHOR

Ari Trausti Guðmundsson er jarðeðlisfræðingur og hefur hefur starfað sem rithöfundur síðan 1980. Flestar bækur Ara fjalla um jarðfræði, eldfjallafræði, stjörnufræði, ferðaslóðir og fjallmennsku, samtals yfir 30 útgefnir titlar. Meðal bókanna eru *Íslenskar eldstöðvar, Eldgos 1913-2004* og *Frost og funi* (Gjálpargosið 1996) en einnig smásögur, ljóðabækur og skáldsögur. Hann er þekktur fyrir ritstörfin en einnig sem dagskrárgerðarmaður í útvarpi og sjónvarpi, m.a. fyrir heimildarmyndir og þáttaraðir sem hann hefur staðið að. Enn fremur er hann meðal reyndari fjallamanna landsins, kunnur fyrir ferðir á heimskautasvæði og framandi slóðir, auk þess að hafa unnið að sýningum og fyrir söfn heima og heiman.

Ari Trausti hefur hlotið nokkrar viðurkenningar, svo sem frá Bókasafnssjóði fyrir fræðirit (1999), tilnefningu til Íslensku bókmenntaverðlaunanna (2001), Laxnessverðlaunin 2002 og verðlaun Rannís fyrir miðlun vísinda til almennings (2007).

Ari Trausti Guðmundsson is a geophysicist and a prominent non-fiction writer in the fields of geology, volcanology, astronomy and mountaineering, with over 30 published book titles to his name. Among them are large-format books on the volcanic history of Iceland and the 1996 Vatnajökull Ice Cap eruption. Ari Trausti has also published poetry, short stories and novels. He is well known not only for his literary accomplishments but also for the many radio and television programs and documentaries he has written and hosted. He is a noted mountaineer, Arctic adventurer and contributor to science exhibitions and museums in Iceland and abroad. He is a member of the Explorers Club. Ari Trausti received the Library Fund's Honorary Literary Prize for Non-fiction in 1999 and was nominated for the Literary Prize of Iceland in 2001. He also received the Laxness Literary Prize in 2002 and the Prize for Communication in Science from the Icelandic Centre for Research in 2007.

LJÓSMYNDARINN THE PHOTOGRAPHER

Ragnar Th. Sigurðsson lauk ljósmyndanámi á Íslandi og í Svíþjóð. Hann hóf ferilinn sem blaðaljósmyndari en stofnaði brátt Arctic Images, eigið ljósmynda- og framleiðslustúdíó. Ragnar er jafnvígur á margar ljósmyndagreinar, jafnt andlitsmyndir sem myndir úr náttúrunni og af ferðaslóðum. Arctic Images hefur á að skipa einstæðu safni ljósmynda af sérstæðri og fagurri náttúru heimskautalandanna, að Íslandi meðtöldu. Mörg stór ljósmyndasöfn selja birtingarrétt á myndum hans. Hér heima hefur hann m.a. séð um ljósmyndun fyrir Útflutningsráð, Forsetaembættið og Reykjavíkurborg en meðal erlendra viðskiptavina eru National Geographic, Time, Newsweek, Toyota, Icelandair, New York Times, og Discover the World. Ragnar Th. hefur tekið þátt í fjölda sýninga og kennt á námskeiðum og m.a. hlotið þrenn CLIO-verðlaun. Hann ferðaðist til Norðurpólsins 1995 og er félagi í The Explorers Club. Ragnar Th. og Ari Trausti hafa unnið saman að fjölda bóka, m.a. fjögurra sem fjalla um eldvirkni og eldstöðvar á Íslandi.

Ragnar Th. Sigurðsson is a photographer, educated in Sweden and Iceland. He began his career as a news photographer in 1975 but soon established Arctic Images, his own photography and production studio. Arctic Images specialises in capturing the pure beauty of the Arctic and is represented in many stock libraries. Ragnar's professional experience spans a broad range of disciplines, including studio, advertising, aerial, portrait, travel, corporate and editorial photography. His local clients include the Export Council and the President of Iceland, and he is the official photographer for the City of Reykjavík. Global clients include National Geographic, Time, Newsweek, Toyota, Icelandair, the New York Times and Discover the World. Ragnar Th. has participated in numerous exhibitions and workshops and has received three CLIO awards. He reached the North Pole in 1995 and is a member of the Explorers Club. Ragnar Th. and Ari Trausti have worked on a dozen books together, including four on volcanoes and volcanism in Iceland.

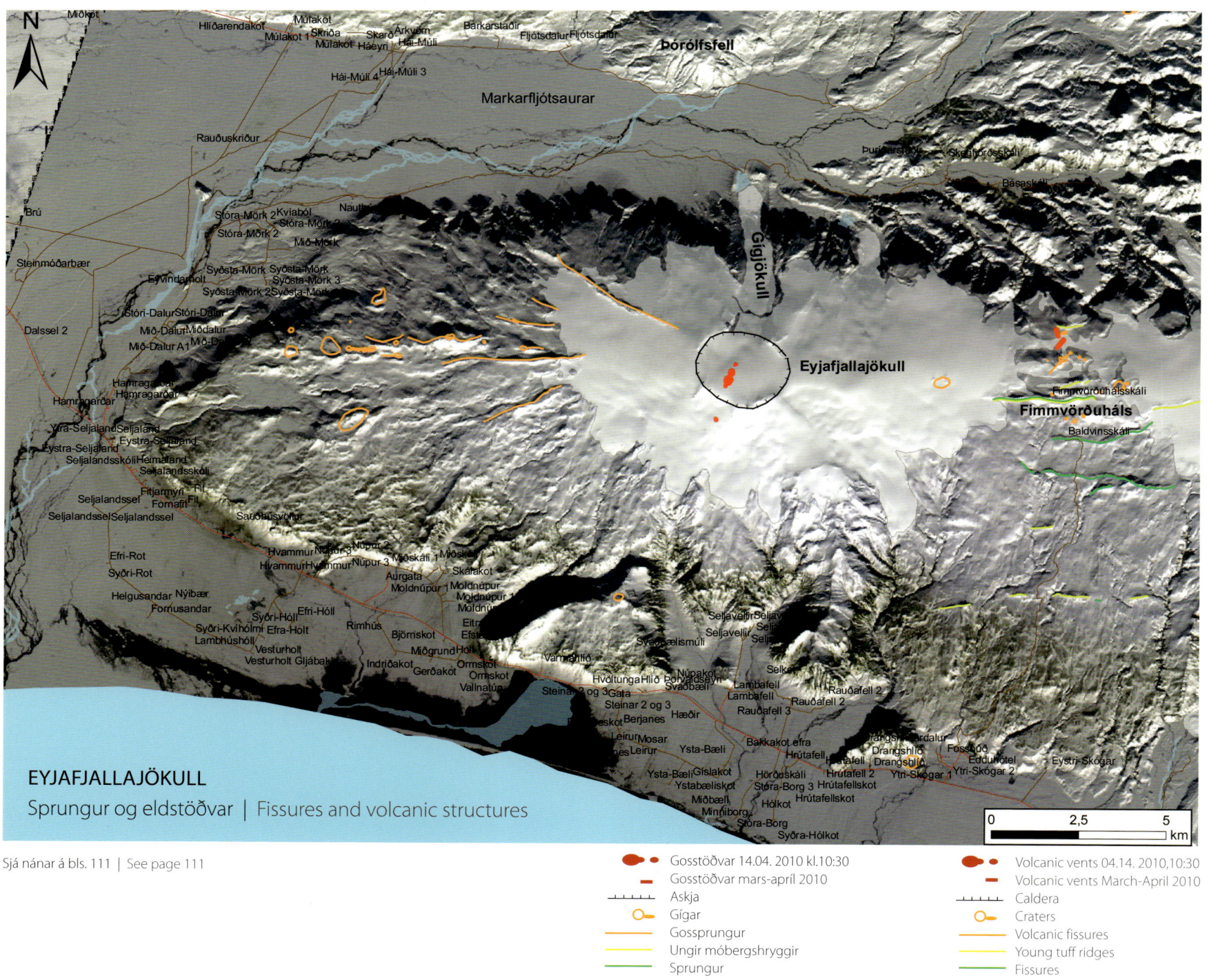

INNGANGSORÐ

Bók þessi er unnin í maí 2010 á meðan eldgosið í Eyjafjallajökli stendur yfir – á stigi þar sem gjóskumyndun er aðeins tíundi hluti þess sem var í upphafi, eða enn minni; á meðan eldingar, glóandi kvikuslettur og hraunkúlur lýsa upp gosmökkinn um nætur. Hraun bræðir sér leið undir brattan Gígjökulinn í norðri og lætur á sér kræla við jökuljaðarinn, nokkra kílómetra frá þeim gíg sem lengst hefur gosið.

Von okkar er að ljósmyndirnar nái að lýsa þeim mikilleik, því ógnarafli og þeim áhrifum sem þetta alllanga gos hefur þegar haft, en það hófst með fallegu hraungosi í mars 2010 og miklu minni látum en síðar urðu.

Flest eldgos hafa á sér dökka hlið, í bókstaflegri merkingu. Þessi merkilega sýning náttúrunnar hefur valdið verulegu tjóni á blómlegum landbúnaðarsvæðum, sunnan og austan við eldstöðina. Það bætist við streitu og vandræði sem þrúga fólkið sem býr þar sem öskulagið er þykkast, svo ekki sé minnst á sorgina sem fylgir því að þurfa ef til vill að farga búsmala. Ljósmynd í dagblaði af bónda sem faðmar sinn gráa og rólynda klár áður en hann er felldur, sker hvers manns hjarta.

Truflanir á alþjóðaflugi hafa orðið mjög alvarlegar, valdið miklu fjárhagstjóni og bakað milljónum manna margvísleg vandræði. En ef til vill verða atburðirnir til þess að alþjóðasamfélagið býr sig betur undir að takast á við ástand af þessu tagi þegar fram í sækir.

Ætlun okkar er ekki að lýsa atburðarásinni til hlítar, heldur fræða fólk um eldvirkni og opna sýn til umbrotanna í Eyjafjallajökli, jafn fjölbreytt, áköf og ógnvænleg og þau hafa verið, þó svo þau verði þrátt fyrir allt að teljast fremur smá á þeim mælikvörðum sem þekkjast víða um heim.

Ari Trausti Guðmundsson
rithöfundur og jarðeðlisfræðingur | author and geophysicist

INTRODUCTION

The Eyjafjallajökull volcano continues to erupt as this book goes to print, though it has reached a phase where the ash production measures a mere 1/10 or less of the original emission. Lightning, lava bombs and glowing lumps of magma still light up the eruption plume at night. Lava is tunnelling its way underneath the steep icefall of Gígjökull and making its presence felt at the northern base of the volcano.

The photos hopefully depict the grandeur and raw force of this lengthy eruption event, which started with a much more sedate but beautiful lava eruption in March 2010.

The dark side, literally speaking, of this remarkable display of nature is the damage done to farming districts south and east of the volcano, the emotional and physical toll on residents in areas where the ashfall has been at its peak and the sorrow felt when parting with animals that have to be felled. A photo in one of the Icelandic papers showing a farmer embracing his stoic grey horse before it is taken away to its doom stirs even the hardest of hearts.

The disruption of international flights was a severe financial blow and caused stress and hardship for millions of people around the globe, but we hope that the events will prompt the international community to be better prepared for similar incidents in future.

Our intention is not to document the eruption in detail but rather to provide a glimpse into the realm of volcanism in Iceland and the Eyjafjallajökull eruption in particular; so varied, so intense and so awe inspiring.

Ragnar Thor Sigurðsson
ljósmyndari | photographer

EINN MIÐUR GÓÐAN VEÐURDAG

Að kvöldi 20. mars og nóttina þar á eftir var mjög skuggsýnt og lágskýjað. Flestir sem búa á vindasömum syðsta hluta landsins steinsváfu. Um kl. 22:30 þetta kvöld rifnaði jörð á Fimmvörðuhálsi, sem tengir tignarlegan Eyjafjallajökul við enn stærra eldfjall, sjálfa Kötlu. Mælitæki sýndu lítil merki um atburðinn en sjónarvottar ítrekuðu að gos væri hafið. Flugvél Landhelgisgæslunnar, búin nýjum og frábærum tækjum, kom á vettvang og var þá hægt að gera betur grein fyrir hvað um var að vera. Staðfestar fréttirnar bárust eins og eldur í sinu: Eldgos í Eyjafjallajökli! Atburðarás undir fjallinu hafði bent til að svona kynni að fara en þó frekar að það gysi í fjallinu fremur en við rætur þess. En sú var raunin. Um hálfs kílómetra löng gossprunga á hálsinum dældi úr sér ösku og vikri en þó aðallega hrauni. Illa sást til gossins, en mælitæki sýndu þó nægilega vel hvers kyns var. Meðan hvorki var vitað nákvæmlega um legu gosstöðvanna né um lokastærð gossprungunnar eða framvindu gossins, auk þess sem jökull hylur efri hluta fjallsins, var hæsta viðbúnaðarstig ákveðið. Um leið varð að hrinda rýmingaráætlunum í framkvæmd. Um 300-400 manns þurftu að yfirgefa heimili sín og vinnustaði í miklum flýti. Gera varð í fyrstu ráð fyrir stóru og eyðandi jökulhlaupi, en brátt varð þó fullljóst að gossprungan nýja lá á íslausu landi uppi á hálsinum, í um 1.000 m hæð. Engin hætta var á flóði og gat fólk því snúið til síns heima að um það bil sólarhring liðunum.

THE DAY IT ALL STARTED

The night of March 20th was dark and cloudy. Most people in the windswept south of Iceland were fast asleep when, at 11:30 p.m., a flat section of the ridge connecting the large Eyjafjallajökull volcano to the even larger Katla volcano split open. Monitoring instruments set up in the area indicated that the volcano was stirring to life, but eyewitnesses became the most efficient source of the news: Eyjafjallajökull was erupting! An airplane belonging to the Icelandic Coast Guard, equipped with state-of-the-art instruments, confirmed the not entirely unexpected event. A 0.5-km-long fissure spouted lava, along with some ash and pumice. Still hidden from eyesight but closely monitored by geophysical instruments, the scene quickly turned into a volcano red alert situation. Since the exact location, final size and progress of the eruption was unclear and the Eyjafjallajökull volcano is glaciated, evacuation plans were activated and 300-400 people had to leave their farms and rural homes in a hurry. The risk of devastating meltwater floods was high, but it soon became evident that the new fissure was in an ice-free environment on the ridge, at about 1,000 m above sea level. There was no imminent danger at hand, and local residents were allowed to return to their homes within 24 hours.

Á fyrstu dögum gossins á Fimmvörðuhálsi hlóðst upp myndarlegur gígur (t.h.) og hraun streymdi í Hrunagil með tilheyrandi gufumyndun vegna snjóbræðslu.

A sizeable crater (right) built up over the first days of the eruption at Fimmvörðuháls Ridge. Lava flowed into a snow-filled canyon, sending up clouds of steam.

Aðalgígarnir á Fimmvörðuhálsi, snemma í gosinu.
The main vents at Fimmvörðuháls Ridge not long after the eruption began.

FAGURBRYÐJAN

Eldgosið á Fimmvörðuhálsi komst tiltölulega fljótt í nokkuð fastan farveg. Augljóslega var um lítið gos að ræða í samanburði við mörg önnur á undanförnum áratugum. Merki þess að kvika streymdi að, djúpt undir eldfjallinu, komu í ljós og virtist þar vera sú aðfærsluæð sem fyrri jarðskjálftar báru vitni um, nokkuð suðvestur af eldsprungunni og ofar í fjallinu. Þann 24. mars gat að líta öfluga kvikustróka og lagði af þeim gjósku (ösku, vikur og gjall) en mest af kvikunni rann sem hraun úr fjórum megin gosopum. Allstór hæð úr lausum gosefnum hafði þá þegar hlaðist upp við opin og blasti við myndarlegur gjall- og klepragígur sem gárungar kölluðu þegar í stað Skjaldborg. Hæstu kvikustrókarnir náðu 100-150 m hæð. Hraunið var úfið, þykkt og víðast hvar mjög seigfljótandi, og það þumlungaðist sem breiða til norðurs og norðausturs. Flæðihraðinn var lítill uppi á sléttunni, þar sem gossprungan opnaðist, en jókst með auknum halla til norðurs. Sjá mátti nokkra glóandi hraunála færa hraunkviku eftir yfirborði grjótbunkans út að jöðrunum. Lengst frá gígnum steyptist það svo fram af hömrum í glæsilegum fossi ofan í Hrunagil. Þar tókst hraun á við vatn og snjó svo gufubólstrar risu hátt. Í ljósaskiptum tóku þeir draugalegan lit af glóðinni. Flatarmál hraunsins var 1,0 ferkílómetri þann 31. mars. Enn rann þá hraun í Hrunagilið en líka til norðvesturs og framkallaði háa, glóandi fossa í innri armi Hvannárgils. Þegar kvöldaði þennan dag opnaðist ný gossprunga, rétt vestan við þá fyrri. Innan fárra klukkustunda stóðu sjö, síkvikir eldstrókar þar úr jörð og hlóðu hratt upp gígkeilum í kringum sig. Sama gosrás virtist sjá báðum gossprungunum fyrir kviku en ekkert sljákkaði þó í eldri sprungunni að sinni. Þegar horft var á umbrotin kom upp í hugann ógnarstór, særð ófreskja eða opið, blæðandi risahjarta umkringt rauðum æðum.

THE BEAUTIFUL BEAST

The volcanic fissure eruption at Fimmvörðuháls Ridge quickly reached a stable phase. This was clearly a minor eruption compared to many earlier eruptions in the south of Iceland. There were, however, indications of a steady influx of magma deep beneath the Eyjafjallajökull volcano in a feeder channel southwest of the active fissure. On March 24th, loose eruptives (ash, pumice, scoria and lava lumps collectively termed tephra), and lava, gushed from four main vents. A large hill was already piling up around them: a classically shaped scoria crater. The boldest red- and orange-coloured lava fountains were 100-150 m high. A thick, rather viscous and rugged dark brown lava flow pushed its way to the north and northeast. It was slow moving on the ridge plateau but picked up speed on the steepening slopes. Soon, glowing streams graced the flow surface. The lava plunged in spectacular lava falls into a snow-filled canyon (Hrunagil), at the bottom of which a river flowed. A battle between the golden lava masses, cold river water and snow resulted in high white steam plumes that took on eerie shades in the twilight. By March 31st, the basalt lava covered an area of about 1.0 square kilometre. Lava still entered Hrunagil but also flowed into a canyon northwest of the crater (Hvannárgil), forming glowing lava falls. In the early evening of that same day, a second volcanic fissure opened up close to the active one. Within a few hours, seven new vents produced magnificent lava fountains, around which scoria craters built up. Both fissures seemed to be fed by the same magma source, and the old crater showed no signs of fatigue for some time. Looking at the eruption, one was tempted to think of a bleeding beast or a giant heart, open and beating, fringed by reddish veins.

Hraun streymir í Hrunagil. Menn sýnast örsmáir á myndinni. | Lava flows into Hrunagil canyon. Note the people in the photo.

MEÐAL VIRKUSTU ELDGOSASVÆÐA HEIMS

Ísland er 103.000 ferkílómetrar að flatarmáli. Með það í huga má halda því fram að landið sé meðal virkustu eldfjallasvæða heims, bæði hvað snertir gostíðni og fjölbreytta eldvirkni. Á síðustu níu til tíu öldum hafa að meðaltali orðið eldsumbrot í landinu um það bil fjórða hvert ár. Sum gosanna eru stutt og lítil en önnur geta staðið árum saman. Séu talin saman eldfjöll og aðrar eldstöðvar og stakar gígaraðir sem ein eldstöð, má auðveldlega nefna fáein hundruð eldstöðva. Á sögulegum tíma, nálægt 1150 árum samkvæmt hefðinni, hefur jarðeldur komið upp nálægt 250 sinnum á Íslandi. Landið allt er hlaðið upp af jarðeldinum og er elsta gosbergið á yfirborði, yst á Austurlandi og Vestfjörðum, nærri 16 milljón ára gamalt. Yngsta bergið liggur í belti sem nær frá Reykjanesskaga yfir miðhálendið og þaðan yfir á Norðausturland, þ.e. í svonefndum rekbeltum, en er einnig að finna í tveimur minni hliðargosbeltum. Risastórar plötur, sem gerðar eru úr jarðskorpu og allra efsta hluta möttulsins, rekur í sundur um Mið-Atlantshafshrygginn og Ísland. Rekið á plötuskilunum nemur um 2,5 cm að meðaltali á ári og skýrir það í aðalatriðum aldursdreifingu bergsins. Plötuskriðið og virkur heitur reitur sjá til þess að mörg eldstöðvakerfi raðast inn á eldvirku svæðin. Fleiri slík eru hulin sjónum, neðansjávar á reksvæðum undan suðvestur- og norðausturströndinni.

AMONG THE WORLD'S MOST ACTIVE VOLCANIC REGIONS

With an area of 103,000 square kilometres, Iceland is one of the most active volcanic areas in the world, noted for its diverse and lively volcanism. For the past nine to ten centuries, the country has seen an average of one volcanic eruption every fourth year. Some are small and short-lived, while others last for years. How many volcanoes are in Iceland? One way to find out is to count large individual volcanoes and rows of contemporary craters on one fissure as independent volcanoes, in which case a figure of a few hundred volcanoes can be easily obtained. Well over 250 eruptions have been recorded in Iceland from the time of its settlement around 1,150 years ago. The island is composed almost entirely of volcanic rock. The oldest surface rocks are found in the far east and northwest, dated as being almost 16 million years old. The youngest are those that run across the country in a diagonal strip comprising an active rift zone from the southwest to the northeastern coast, as well as those found in two smaller, lateral volcanic zones. Gigantic tectonic plates, made up of the earth's crust and uppermost mantle, split apart along the Mid-Atlantic Ridge at an average rate of 2.5 cm per year. This divergent movement, known as rifting, explains the age distribution of the rocks. The present active volcanic zones indicate that two different volcano-tectonic processes are at work in Iceland. One is rifting and the other is hot spot activity, explained in the next chapter. These processes and the thickness, nature and texture of the Icelandic crust ensure that a number of so-called volcanic systems have formed in the volcanic zones, with still more systems hidden on the submarine rift ridges southwest and northeast of Iceland. Volcanic systems are also explained in a separate chapter.

Séð til Mýrdalsjökuls og Kötlu, yfir Kötlujökul fremst á myndinni. | The Mýrdalsjökull Ice Cap and Katla volcano as seen over the Kötlujökull outlet glacier.

Á Fimmvörðuhálsi, 27. apríl. | Fimmvörðuháls Ridge, April 27th.

HEITI REITURINN Á ÍSLANDI

Við aðskilnað stóru platnanna stígur bráðið berg, kvika, í átt að yfirborði jarðar, staðbundið, en með einhverju bili í tíma á hverjum stað. Plötuskriðið magnar upp spennu í jarðlögum, þau bresta og við það myndast fjöldi brotalína, m.a. opinna sprungna, í jarðskorpu landsins. Brotahreyfingum fylgja margir jarðskjálftar en flestir þeirra eru smáir eða meðalstórir. Kvikuflæðið í djúpunum við jaðra platnanna og heiti reiturinn valda kvikuinnskotum í sprungur nærri yfirborðinu, en mest af kvikunni kemst ekki þangað upp og bætir þannig í landið neðanjarðar, samfara plötuskriðinu. Eyjan stóra helst saman. Heiti reiturinn er áhrifasvæði á yfirborði jarðar fyrir ofan langan, sívalan uppstreymisstrók í möttlinum, af sama toga og vel er þekktur undir Hawaii. Möttulbergið í honum mjakast upp á við en lítill hluti þess bráðnar um leið og safnast í stækkandi kvikulæki og sprungufyllingar. Íslenski heiti reiturinn hefur verið nálægt plötuskilunum, eða undir þeim, allt frá upphafi landsins fyrir a.m.k. 20 milljónum ára. Möttulstrókurinn og uppstreymi kviku undir plötuskilunum sjá sameiginlega fyrir nægri kviku til þess að mikill stafli hraunlaga nær að myndast, auk þess sem jarðskorpan lyftist yfir stróknum. Ísland rís þess vegna hátt yfir sjávarmál. Um leið berst töluvert af kviku inn í jarðskorpuna þar sem eldstöðvakerfi taka við henni. Basalt er einkennisbergtegundin og eru til nokkur afbrigði hennar. Basaltkvika veldur aðallega hraungosum, en aðrar kvikugerðir eru seigari og hneigjast þá eldgos til að verða sprengivirkari (blandgos). Ef kvikan er af seigustu (og kísilríkustu) gerðinni kemur einungis, eða því sem næst, gjóska upp úr eldstöðvunum.

THE ICELAND HOT SPOT

As crustal plates drift apart, magma (molten rock) rises towards the surface from time to time at different locations in each volcanic system. Rifting processes due to plate movements create countless fractures in the crust at the plate margins where Iceland sits, resulting in very frequent earthquakes. Most of these are minor, however. The associated magma upflow at the margins and below the hot spot injects molten rock into the fractures. Most of the magma solidifies at depth and never surfaces. The magma volume as a whole is keeping the island from splitting up. The earth mends itself, so to speak. The hot spot in Iceland, as the well-known hot spot in Hawaii, is a set of surface phenomena (volcanoes, geothermal manifestations, etc.) above a deep, cylindrical mantle plume. Mantle rock in the plume inches its way upwards, a fraction of which melts into ascending magma. Although not all hot spots are found at a plate's edge, the Iceland hot spot has been near or directly over the divergent plate margins from the time of the island's birth some 20 million years ago. The joint effects of the mantle plume and the general upwelling of magma beneath the rifting plate margins mean that local volcanoes have an abundant supply of material. They make the earth bulge as well: Iceland stands high above sea level. The typical igneous rock found at the surface is called basalt and is derived directly from the mantle. The main indicator of a basalt eruption is first and foremost the presence of lava flow (and little tephra). Other magma types are more viscous, in which case the associated eruptions tend to produce a mixture of lava and tephra. Some are even purely explosive and tephra-producing.

Hvað nú, litlu menn? | What now, tiny humans?

BELTI OG KERFI

Flestum hérlendis er kunnugt um að gjóska og hraun geta ekki komið upp hvar sem er á landinu. Eins og áður hefur komið fram mynda rekbeltin og tvö hliðargosbelti eldvirka svæðið á Íslandi. Utan þess dó jarðeldur út fyrir langa löngu, hundruðum þúsunda eða milljónum ára eftir að báða meginhluta landsins hafði rekið burt frá kvikuuppstreymissvæðunum, hvor helmingurinn á sinni plötu. Eldvirka svæðið er um fjórðungur landsins. Innan þess dreifast eldfjöll og gossprungur ekki tilviljunarkennt með öllu, heldur safnast þessi fyrirbæri á mörg aflöng svæði sem afmarkast hvert um sig af sprungum, misgengjum og eldstöðvum. Landsvæðin nefnast eldstöðvakerfi. Flest eru 5-20 km breið og 20-100 km löng. Kerfin eru talin vera 31 í landinu. Þrjú eru á Snæfellsnesi (hliðargosbelti), 4 á Reykjanesskaga, 6 raðast á Suðurlandið (hliðargosbelti), 4 má sjá á Norðausturlandi en hin 14 dreifast um miðhálendið. Flest snúa þau í suðvestur-norðaustur eða suður-norður, en það er þó ekki algilt. Á láglendi og við sjávarsíðuna, þar sem fólk býr til sveita eða í bæjum og þorpum, er sums staðar stutt í ummerki um eldvirkni. Eldvirknimiðju eða enn þróaðri megineldstöð er að finna í flestum eldstöðvakerfanna, ýmist hátt keilulaga eldfjall eins og Eyjafjallajökul eða hálent svæði með öskju, þ.e. hringlaga sigsvæði, líkt og Kötlu. Mörg eldstöðvakerfi eru þakin jökli. Sum dyljast undir þykkum hveljöklum en hæstu stöku eldfjöllin bera jökulhettu, líkt og Eyjafjallajökull. Að vonum verða eldgos bæði í sjó og undir jökli og eru þau síðarnefndu mun algengari en hin.

ZONES AND SYSTEMS

Contrary to popular belief, the earth cannot split open just anywhere in Iceland and erupt lava or tephra. As previously stated, the present main rift zone and two lateral zones form the active volcanic zone of Iceland. In regions outside this zone, the earthly fires have been put out for hundreds of thousands or millions of years as these parts of Iceland gradually drifted away from the magma sources. The active volcanic zone covers only about one fourth of Iceland. Volcanoes and volcanic fissures do not appear at random within this zone: they are confined to elongated areas bounded by fissures, faults and volcanic formations. These are collectively termed volcanic systems. Most are 5-20 km wide and 20-100 km long. There are 31 volcanic systems in Iceland, including three on the Snæfellsnes Peninsula in the west (a lateral zone), four on the Reykjanesskagi Peninsula in the southwest, six in South Iceland (a lateral zone) and four in Northeast Iceland. The remaining 14 dot the Central Highlands. In coastal areas and lowlands, a number of these volcanic systems border townships or rural areas. Most volcanic systems feature a large central volcano or a less developed volcanic centre, commonly a high cone, as seen at Eyjafjallajökull, or a mountain massif like Katla; most massifs hold a deep caldera (a central area of subsidence). Many volcanic systems are partly covered by ice caps, and the highest volcanic cones (like Eyjafjallajökull) are glaciated. Both subglacial and submarine volcanic eruptions occur in Iceland. Subglacial eruptions are more common, however.

AÐDRAGANDI ELDGOSA

Af hverju brjótast eldgos út? Undir flestum megineldstöðvum lúra kvikumassar, að mestu storknir eða þá bráðnir að hluta. Þetta eru kvikuhólf á mismiklu dýpi í jarðskorpunni. Talið er að undir sumum eldstöðvakerfum séu enn stærri kvikuþrær og geti þær náð langleiðina eftir kerfunum. Fyrir þessu er þó ekki full vissa. Kvikuhólfin fá til sín bergbráð að neðan, um sprungur eða hlykkjóttar æðar, ýmist frá kvikuþróm eða svæði í möttli þar sem á sér stað hlutbráðnun (uppbræðsla móðurbergs að hluta). Kvikan er lítið eitt léttari en heitt og næstum bráðið bergið umhverfis. Aðstreymi kvikunnar veldur smám saman yfirþrýstingi í tilteknum kvikugeymi. Þá getur hún ruðst beina leið upp úr geyminum (t.d. kvikuhólfi) og náð yfirborði í megineldstöðinni. Í mörgum tilvikum skýst kvikan til hliðar inn í jarðlög utan við megineldstöðina, um sprungur í fyrstu, þar til hún nær ef til vill yfirborði. Kvika brýst stundum upp á yfirborð jarðar nánast beint úr djúplægri kvikuþró, eða hlutbráðnunarsvæði í möttli, að mestu eða alveg án viðdvalar í kvikuþró. Yfirborðsjarðlög geta brostið vegna plötuskriðs á undan gosi eða þau klofnað vegna þess að kvika safnast fyrir undir yfirborðinu og þrýstir æ meira á, uns hún brýtur sér sjálf leið áfram. Í fyrra tilvikinu má segja að brotaskjálftar verði á undan eldsumbrotunum og að þeir séu til marks um að hreinar rek- og brotahreyfingar geti hleypt upp eldgosi. Í seinna tilvikinu verða jarðskjálftar vegna uppstreymis kviku og eru þar með ekki bein afleiðing rekhreyfinga. Órói eða svonefndir lágtíðniskjálftar hefjast við eldsumbrotin og halda áfram meðan þau vara.

THE ONSET OF AN ERUPTION

But why does a volcanic eruption start? Beneath most volcanic centres or central volcanoes, a large mass of magma or nearly molten rock, a magma chamber, resides within the crust. Deeper down, a still larger magma reservoir may underlie the whole length of a volcanic system. The magma chamber is usually fed by magma through fissures or small, wrinkled channels from an underlying reservoir or a confined area with excessive deep-seated melting. The magma is a trifle lighter than the surrounding hot, semi-molten rock. The influx of magma eventually leads to growing pressure within the magma body. Magma may then erupt directly from the magma chamber through the volcanic centre above. In other cases, magma initially moves sideways in fissures, cutting into the crust outside the centre, before any of it erupts. Magma may even ascend directly to the surface from a reservoir or an area of excessive melting without ever residing in the magma chamber. Prior to an eruption, the crust may split apart due to purely crustal movements (rifting) or open up as growing pressure from magma stored beneath forces molten rock to the surface. In both cases, earthquakes are likely to announce the approaching volcanic event. In the former case, one can say that tectonic earthquakes precede an eruption or that they are a direct evidence of crustal movements that cause volcanic activity. In the latter case, the earthquakes are caused by pressure from magma and are thus not related to general crustal movements. Small, low-frequency earthquakes, termed volcanic tremors, begin at the onset of an eruption and continue until it is over. They are closely monitored.

ÓLÍKIR FLOKKAR ELDGOSA

Kvika sem nær upp úr iðrum jarðar veldur ólíkum gosháttum eftir því hver efnasamsetning hennar er, seigjan og gasinnihaldið. Hvert eldgos gefur jafnan frá sér þrenns konar gosefni: Fljótandi hraun, laus gosefni (gjósku) og lofttegundir (eldfjallagas). Hraunið er ýmist úfið eða slétt við storknun og gjóskan, sem samheitisflokkur, inniheldur laus efni af ólíkri kornastærð, allt frá fíngerðustu glerkenndri ösku, upp í heljarinnar hraunklepra á stærð við bíla. Í mörgum eldgosum kemur upp blanda af gjósku og hrauni (blandgos). Loftkenndu efnin eru að mestum hluta vatnsgufa en einnig losna úr gosrásinni lofttegundir með brennisteini, klór, flúor og kolefni og eru sum þeirra eitruð. Flúorvetni sest í ösku og gróður og getur valdið sjúkdómnum gaddi í grasbítum, en hann orsakar tannlos og afmyndun beina og liða. Lofttegundirnar þenjast feikilega út grunnt í kviku sem nálgast gosop og sleppa svo með ógnarkrafti úr henni við yfirborð gosrásarinnar. Þannig verða til kvikustrókar í afar mörgum eldgosum og enn fremur gjóska í einhverju magni eða jafnvel eingöngu (sprengi- eða þeytigos). Hrauntaumar geta náð 50-100 km frá eldstöð og gjóska getur dreifst yfir mörg þúsund ferkílómetra lands, hulið gróður og kæft hann. Kvikustrókar einkenna hrein hraungos (flæðigos) en í stað þeirra sjást stundum hrauntjarnir bulla í gígum þegar slík gos verða. Ef kvika kemst í snertingu við grunnvatn, sjó eða bræðsluvatn frá ís eða snjó ýtir það mjög undir myndun gjósku af því að kaldur vökvinn tætir kviku sem er 900-1250°C í sundur. Gos undir jökli eða í sjó sendir frá sér miklar svartar og gráar gjóskusúlur, a.m.k. á upphafsstiginu. Ef upphleðsla gosefna nær að einangra gosop frá vatni, getur hraun farið að renna. Með þessu var unnt að fylgjast á fyrsta og öðru ári Surtseyjargossins 1963-1967.

DIFFERENT TYPES OF ERUPTIONS

Magma released from the bowels of the earth acts differently depending on its chemical composition, gas content and viscosity. In general, most eruptions give off three types of volcanic material: flowing lava, loose and airborne eruptives (tephra) and volatile gasses. Lava takes on varied forms, and tephra ranges from fine-grained and glassy ash to lava bombs the size of a car. Many eruptions give off a mixture of lava and tephra. Volcanic gasses consist in part of harmless water vapour, but they include also gasses containing sulphur, chlorine, fluorine and carbon, some of which compounds are highly poisonous. Fluorine is bad for grazing animals, causing them to lose teeth and deforming their bones and joints. The gasses rapidly expand as the magma ascends, and degassing occurs in the vent, creating "magma foam". Most eruptions in Iceland commence with lava fountains and little tephra, particularly those extruding basalt. The degassing can, however, be violent and produce much tephra, or even solely loose eruptives, if the magma type is more viscous than basalt, for example andesite or rhyolite. A lava flow can stretch out 50-100 km from its source, while tephra may be dispersed over thousands of square kilometres, burying vegetation under a suffocating blanket. In an eruption that produces mainly lava, fountains gush straight into the air or a lava pool simmers quietly in a crater. The presence of groundwater, seawater and meltwater from ice enhances the production of tephra, as the cold liquid shatters magma at temperatures from 900 to 1,250 °C. Subglacial or submarine volcanic vents belch black or grey tephra and steam, at least during initial stages. If the build-up of a crater isolates the vent from water, lava may begin to flow. This was clearly seen during the submarine eruption that formed the island of Surtsey in 1963-1967.

JÖKULHLAUP

Frá íslenskum eldstöðvum leggur ekki aðeins lofttegundir, gufu og gjósku og þaðan streymir ekki bara hraun heldur líka vatnsflóð eða aurflóð. Snjór og ís bráðnar í mörgum gosanna og skyndileg ofsaflóð, jökulhlaup, ryðjast úr eldstöðvunum og yfir land næst þeim. Í sumum tilvikanna eru hlaupin smá, með rennsli frá 500 til 2000 rúmmetra á sekúndu. En eldstöðvar undir þykkum jöklum senda oftast frá sér miklu öflugri hlaup. Eldsumbrot í Grímsvatnakerfinu (í Vatnajökli) magna fram jökulhlaup sem geta náð 15.000-50.000 rúmmetra rennsli á sekúndu. Jökulhlaup úr jökulþakinni öskju Kötlueldfjallsins eru talin vera af stærðargráðunni 100.000-300.000 rúmmetrar á sekúndu og hafa þau fallið um Mýrdalssand á undanförnum öldum. Þetta mun vera um tvöfalt meðalrennsli stærsta fljóts heims, Amasón. Jökulhlaup hafa að mestu myndað flóðsléttur sem líkjast eyðimörkum, og eru tveir sandanna meira en 600 ferkílómetrar að flatarmáli: Skeiðarársandur undan Vatnajökli og Mýrdalssandur austan við Vík í Mýrdal. Í nóvember 1996 braust tilkomumikið jökulhlaup undan jaðri Skeiðarárjökuls eftir að Gjálpargosinu norður af Grímsvötnum lauk. Vatnsmagnið nálgaðist 4 milljarða tonna og rennslið var nærri 50.000 rúmmetrar á sekúndu. Þúsundir ísjaka dreifðust með dökkbrúnum flaumi um sandinn, þeir stærstu um og yfir 1000 tonn.

SUBGLACIAL FLOODS

Besides lava, tephra and volcanic gasses, many Icelandic volcanoes produce water or mud flows. Snow and ice melts, and the resulting floods (either glacier bursts – *jökulhlaup* – or lahars) sweep the land close to glaciated volcanoes. In some instances, the floods are small, amounting to a mere 500-2,000 cubic metres per second. However, volcanoes beneath the thick ice caps often cause much larger floods. A subglacial eruption in the Grímsvötn Volcanic System in Vatnajökull may induce floods with a discharge of up to 15,000-50,000 cubic metres per second. The subglacial Katla caldera has been the source of many meltwater floods to the east of the town of Vík, discharging 100,000-300,000 cubic metres of muddy water per second, an amount approximately twice the discharge of the Amazon river. The floods have created desert-like plains, two of which exceed 600 square kilometres: Skeiðarársandur (south of Vatnajökull) and Mýrdalssandur (southeast of Katla). In November 1996, water from a subglacial volcanic eruption at Gjálp north of Grímsvötn produced a dramatic meltwater flood. Its volume reached almost 4 billion tonnes and the discharge peaked at almost 50,000 cubic metres per second. Thousands of icebergs, up to 1,000 tons each, were broken off the glacier margin, where dark brown torrents inundated the black sands.

Hluti af farvegi Kötluhlaupsins 1918, nálægt Hafursey. | A channel carved by the large meltwater flood during the 1918 Katla eruption.

Íshröngl eftir jökulhlaupshrinu norður úr Eyjafjallajökli 2010. | Ice debris after a pulse of meltwater from Eyjafjallajökull 2010.

EYJAFJALLAJÖKULL: FRÆGUR Á EINNI NÓTTU

Eyjafjallajökull rís keikur upp af suðurströndinni, aðeins nokkra kílómetra frá brimgarði Norður-Atlantshafsins. Eldkeilan teygist í austur-vestur og rís 1667 m yfir sjávarmál, umkringd móbergshömrum með hraunlögum og grænum skriðuhlíðum og skerast dalir og gil inn í fjalllendið. Neðsti hlutinn er um 800.000 ára og telst fjallið því elsta stóra og virka eldfjall landsins. Jökull þekur efri hlutann, alls um 75 ferkílómetrar að flatarmáli, og er ísinn víðast hvar 100-200 m þykkur, nema í toppgígnum sem má flokka sem litla öskju, 2,5 km breiða. Þar er ísþykktin 200-300 m. Ofan úr því hjarnsvæði steypist brattur og hár Gígjökullinn. Virk sprungurein sker endilangt fjallið. Hún er nærri 30 km löng, 1-5 km á breidd og nær inn yfir allan Fimmvörðuháls. Hálsinn er 500-1100 m hár og um 10 km á lengd. Þar eru a.m.k. fjórar misgamlar stuttar gossprungur, allar líklega mörg þúsund ára gamlar. Í austri liggur Mýrdalsjökull með sína 560 ferkílómetra ísbreiðu og hylur frerinn systureldfjallið Kötlu svo um munar. Á sögulegum tíma er vitað um þrjú eldgos í Eyjafjallajökli. Eitt þeirra var að hluta til hraungos (920) en hin líklega að mestu leyti gjóskugos. Ártölin eru 920, 1612/1613 og 1821-1823. Síðasttöldu umbrotin gengu yfir í þremur eða fjórum hrinum með gjóskufalli og jökulhlaup gerðu usla. Bergtegundir í Eyjafjallajökli spanna allt frá basalti til ísúrra og súrra tegunda.

EYJAFJALLAJÖKULL: AN UNPRONOUNCEABLE HOUSEHOLD NAME

Eyjafjallajökull proudly presides over Iceland's south coast, rising just a few kilometres from the North Atlantic surf. The mountain is an elongated W-E-trending cone, 1,667 m high, lined by crumbly cliffs and green scree slopes and cut by valleys and gorges. It is 800,000 years old, making it the oldest active central volcano of its size in Iceland. Glaciers cover about 75 square kilometres of the mountain; the ice thickness is 100-200 m except in the summit crater (a small caldera, 2.5 km wide), where ice reaches a thickness of 200-300 m. It is in this ice-filled crater that the steep and high Gígjökull glacier originates. An active fissure swarm, almost 30 km long and 1-5 km wide, cuts across the entire length of the mountain and stretches out beyond to line Fimmvörðuháls Ridge. This ridge is 500-1,100 m high, 10 km long and studded with at least four short volcanic fissures, all over a few thousand years old. The large ice cap of Mýrdalsjökull looms in the east, blanketing the neighbouring volcano, Katla. At least three tephra-producing eruptions are known to have occurred in Eyjafjallajökull in historical times, i.e., in 920, 1612/13 and 1821-1823; the 920 eruption did produce some lava as well. The most recent of these contained three or four tephra-producing phases, which led to meltwater floods. All three eruptions were concurrent with volcanic activity in Katla. The Eyjafjallajökull eruptive rocks range from basalt to andesite and dacite (silica-rich rocks).

Eyjafjallajökull úr suðri. | The Eyjafjallajökull volcano from the south.

Eyjafjallajökull úr suðaustri. Við uppgræðslu á Skógasandi er m.a. notuð lúpína en sandurinn er að mestu framburður Kötluhlaupa.
Eyjafjallajökull from the southeast. Nootka lupine is used to reclaim soil on Skógasandur, an outwash plain created by floods during Katla eruptions.

Á Fimmvörðuhálsi, 31. mars. | Fimmvörðuháls Ridge, March 31st.

FORLEIKURINN

Eldsumbrotin í Eyjafjallajökli og eldstöðvakerfi hans árið 2010 áttu sér langan og slitróttan aðdraganda. Þegar árið 1994 varð jarðskjálftahrina á undan og samtímis kvikuinnskoti af 12 kílómetra dýpi eða meira. Kvikan tróðst inn í rætur eldfjallsins, á a.m.k. 5-6 kílómetra dýpi undir fjallinu. Unnt var að mæla 15 cm landris á afmörkuðu svæði í suðausturhlíð þess. Var það gert með því að bera saman misgamlar radarmyndir (SAR-bylgjuvíxlunaraðferð). Önnur skjálftahrina reið yfir nálægt fyrri staðnum 1996 og þremur árum síðar þrengdi kvika sér inn í neðri kima eldfjallsins og olli öðru, staðbundnu og meira landrisi. Augljóslega gat stefnt í einhvers konar umbrot, héldi þróunin áfram. Enn ein hrina jarðhræringa kom fram sumarið 2009 og þá í tengslum við frekari kvikufærslur. Snemma árs 2010 héldu jarðskjálftar áfram að mælast og jukust þeir jafnt og þétt fyrstu þrjár vikur marsmánaðar, á 7-10 kílómetra dýpi. Þann 19. mars voru upptök skjálfta á mun minna dýpi en áður og þau færðust í austur á 4-7 kílómetra dýpi og enn minna, einkum 20. mars. Eldfjallið virtist við það að bresta, þó ekki væri gerlegt að spá því með nægri vissu. Áður en dagurinn var allur vaknaði gamla eldfjallið til lífsins eftir nærri 190 ára svefn. Uppstreymi kviku í aðfærsluæð norðaustan í því, miðja vegu milli Fimmvörðuháls og fjallstindsins, virtist hafa beygt skarpt til austurs, komin um hálfa leið að yfirborði, og þrýst sér þaðan skáhallt áfram og upp uns sprunga opnaðist neðarlega við rætur fjallsins á Fimmvörðuhálsi, 2-3 km frá aðfærsluæðinni.

THE FOREPLAY

The 2010 eruption in the Eyjafjallajökull Volcanic System had a long and discontinuous prelude. Already in 1994, a bout of earthquakes preceded an injection of magma from a depth of well over 12 kilometres into the roots of the volcano, some 5-6 kilometres below the mountain. A 15-cm-uplift was detected on its southeastern slopes by comparing radar images (SAR-interferometry). Another earthquake series occurred close to the first site in 1996, and three years later more magma forced its way into the volcano foundations, causing another and larger localised uplift. Evidently, the volcano was stirring. Yet another burst of earthquakes and possible intrusive activity was registered in the summer of 2009. Early in 2010, the earthquakes kept coming, steadily increasing in number during the first three weeks of March, at a depth of 7-10 kilometres. On March 19th, the depth of the earthquake loci decreased and the earthquakes began to move eastwards. By the next day, they had risen to a depth of 4-7 km. The volcano seemed ready to erupt, but it was not yet possible to predict accurately how events would unfold. Then, shortly before midnight on March 20th, the old volcano burst into life after an almost 190-year-long sleep. Ascending magma in the feeding channel under the slopes between the mountain summit and Fimmvörðuháls Ridge had made a sharp eastward turn when it had risen more than halfway up to the surface at the eastern slopes of Eyjafjallajökull. It then shot at an angle into a fissure through the old bedrock until it surfaced downslope on the mountain flank, 2-3 km from the main source, at Fimmvörðuháls.

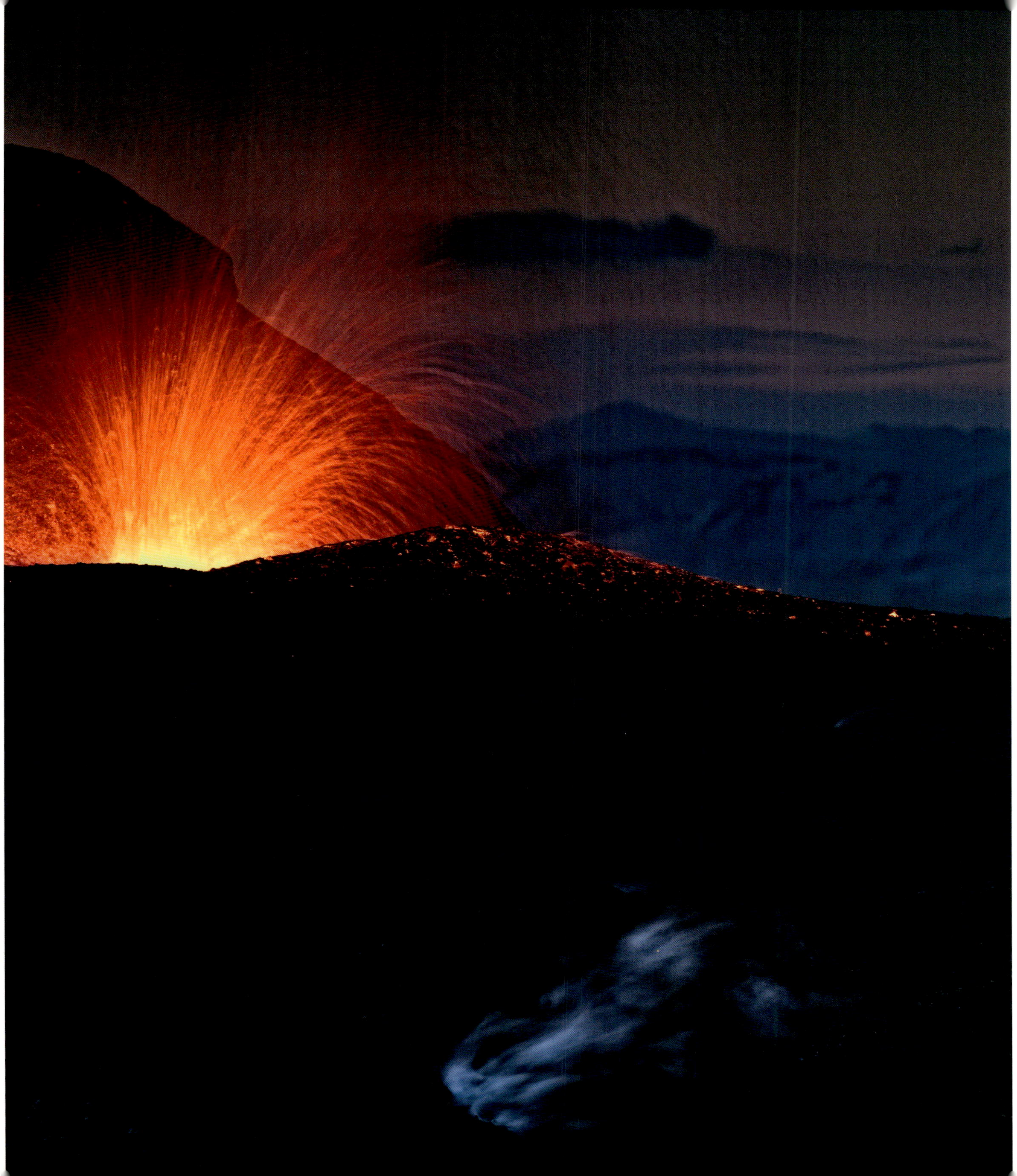

Ólíkt höfumst við að. | How differently we toil.

FRÉTTAEFNI OG AÐDRÁTTARAFL FYRIR ALMENNING

Innan nokkurra daga í lokaviku mars 2010 varð myndrænt eldgosið við norðausturenda Eyjafjallajökuls í rúmlega Esjuhæð orðið alþekkt víða um heim. Frábærar ljósmyndir og glæsilegar kvikmyndir fóru sem eldur í sinu um fjölmiðla og inn á YouTube. Fréttirnar glömpuðu og gullu land úr landi. Veittist mörgum sjónvarpsmanninum erfitt að bera fram nafn eldstöðvarinnar. Þúsundir Íslendinga flykktust að gosstöðvunum á fæti, vélsleðum eða í jeppum sínum, einkum á yfirstærðardekkjum, og margur ferðamaðurinn fékk að líta eitt mikilfenglegasta sjónarspil lífs síns. Jafnvel konur á háhælaskóm og jakkafataklæddir herramenn með bindi lentu í þyrlum og gengu spölkorn á hjarni til að líta óviðjafnanlega sýnina. Sérfræðingar framkvæmdu GPS-mælingar á gosstöðvunum þann 7. apríl og kom þá fram að megin eldgígurinn, sem var kulnaður, hafði náð 82 metra hæð yfir umhverfið. Yngri sprungan var þá enn virk. Stærsti gígurinn þar, sem enn spýtti hrauni, mældist 47 m hár. Þverlínur voru hæðarmældar og öðrum gögnum safnað, ásamt mati á þykkt hraunsins þennan dag. Þetta gerði mönnum kleift að reikna út hraunmagnið. Það reyndist 22-24 milljón rúmmetrar (0,024 rúmkílómetrar) en flatarmál hraunsins 1,3 ferkílómetrar. Það er nú þakið allþykkri gjósku.

MAKING NEWS AND ROPING IN THE PUBLIC

Within a few days in late March 2010, the picturesque lava eruption on the low northeastern flank of Eyjafjallajökull became a news item around the world. Photos and video shots circulated in the media and on YouTube, and the story made headlines in one country after another. Thousands of Icelanders flocked to the eruption site, some on foot and others in snowmobiles or superjeeps, while many a lucky tourist witnessed the fire show of a lifetime. Even ladies in high heels and gentlemen in suits and ties were flown in by helicopter to see the spectacle. GPS surveys made by specialists on April 7th set the absolute height of the original volcano crater, by then no longer active, at 82 m. The largest scoria crater at the newer fissure, still blazing, was measured as 47 m high. Altitude profiles and other surveys made on April 7th, along with an estimation of the lava thickness, put the total volume of lava at 22-24 million cubic metres (0.024 cubic kilometres). The lava flow area was 1.3 square kilometres.

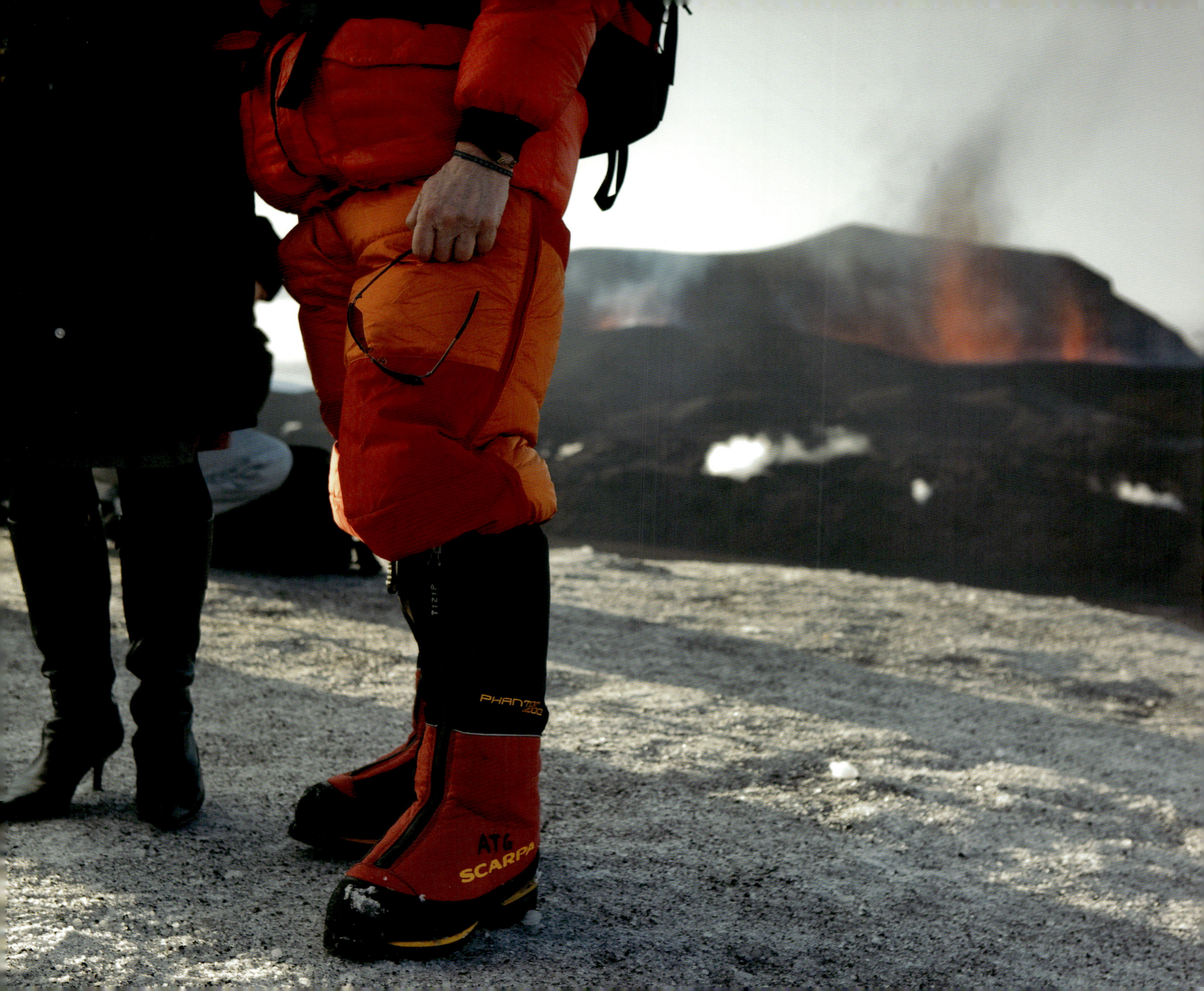
ATG
SCARPA

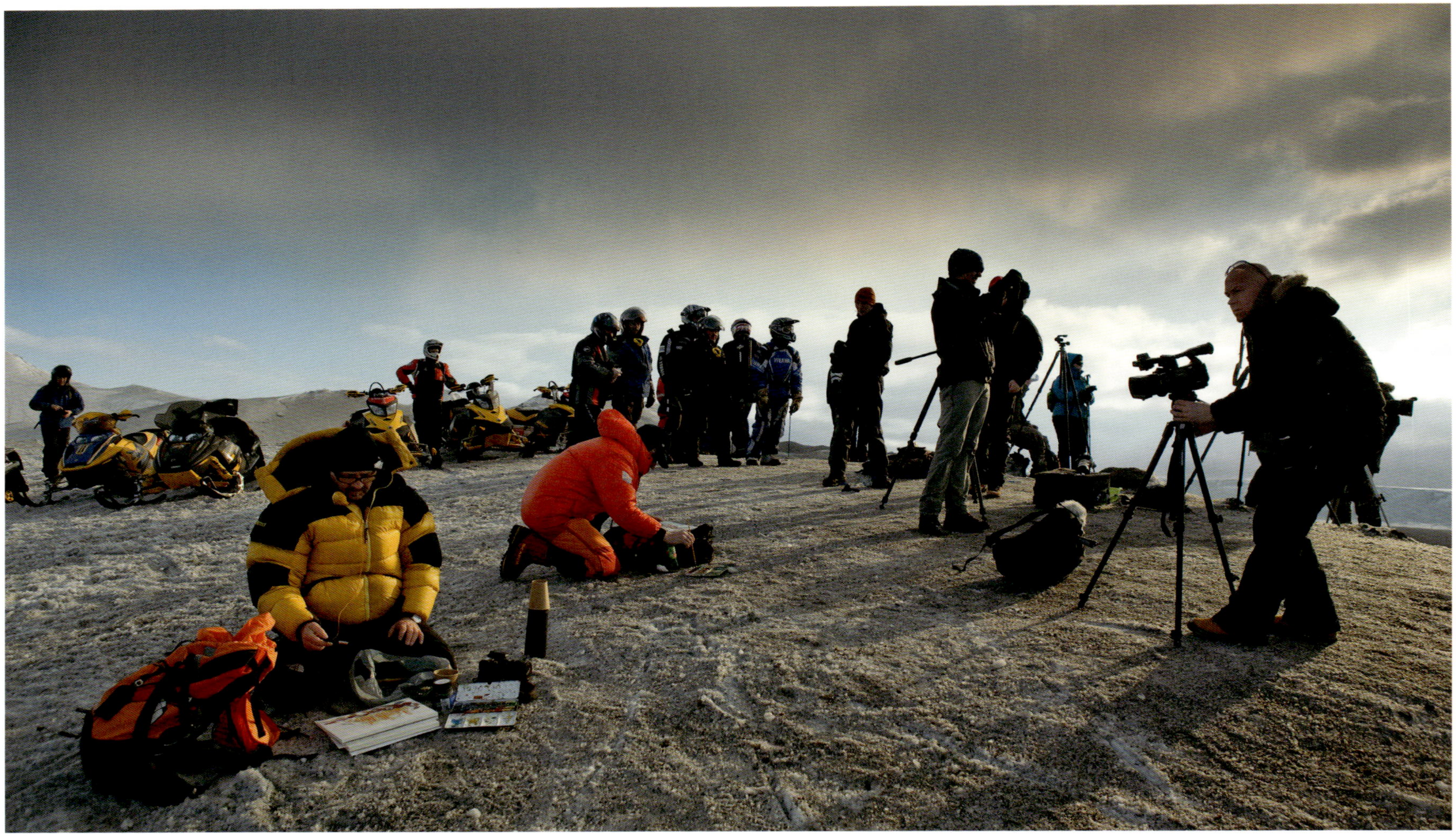

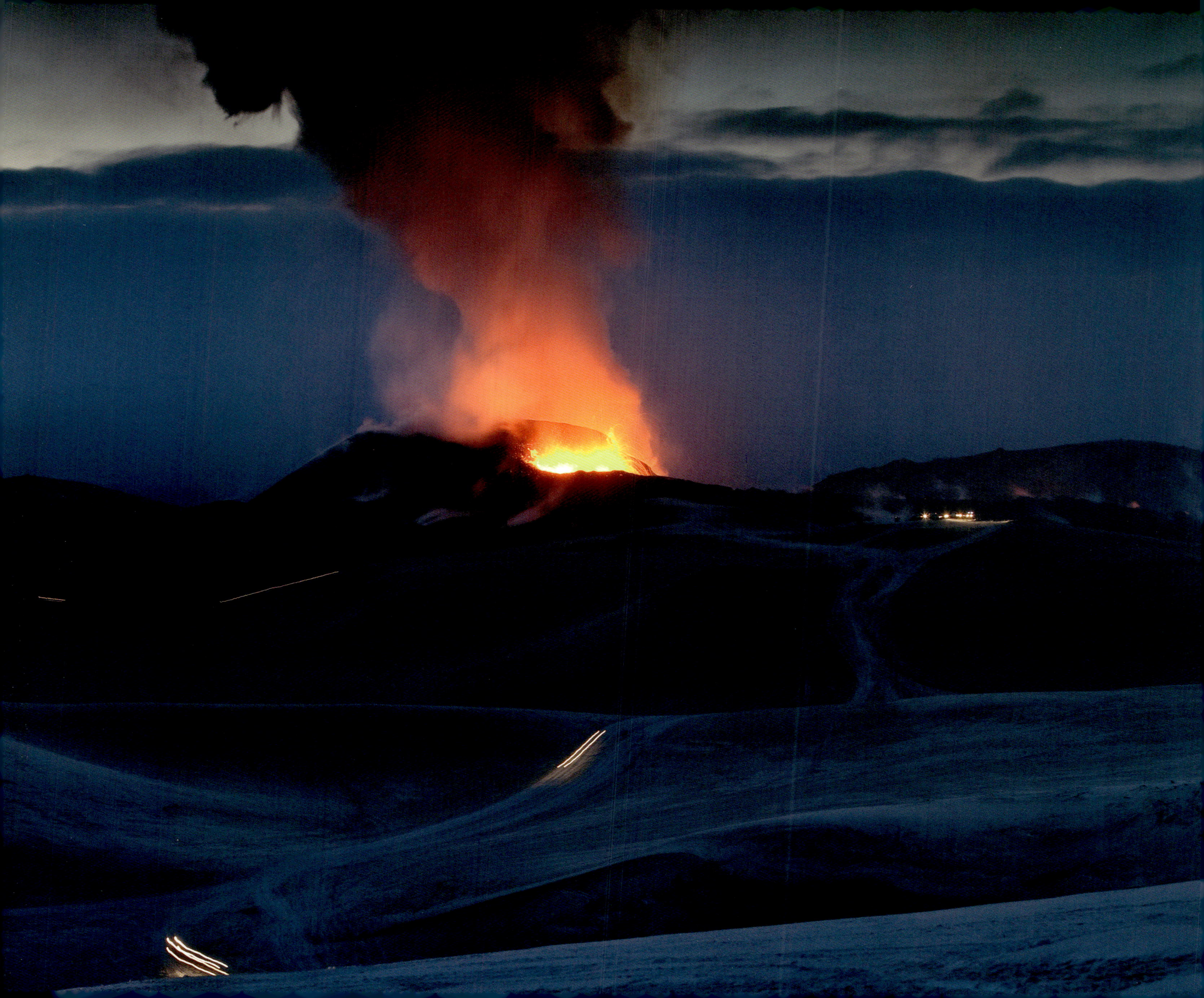

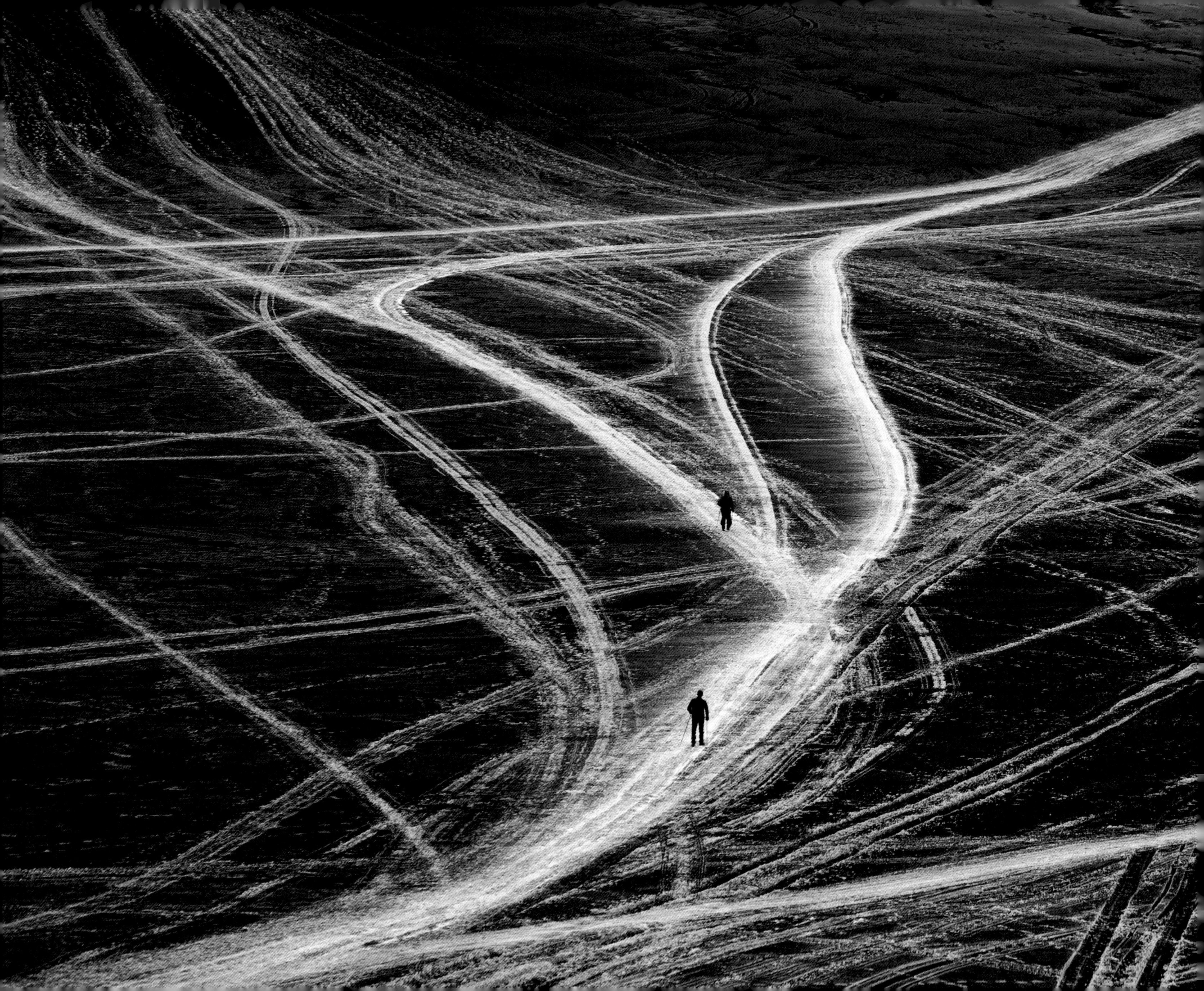

EYJAFJALLAJÖKULL – Untamed Nature | 41

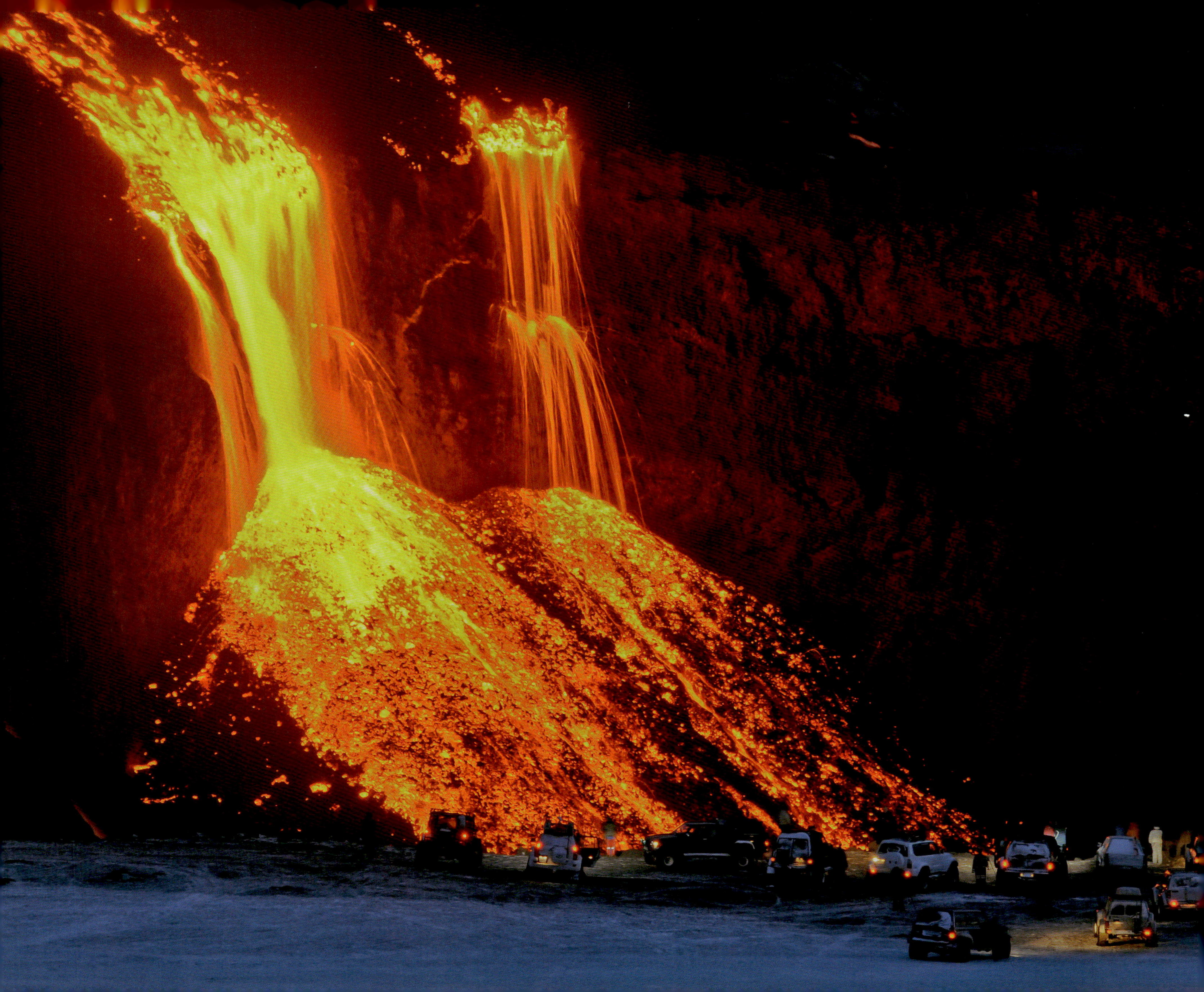

Stórfenglegir hraunfossar í Hrunagili, og síðar Hvannárgili, voru síbreytilegir og drógu að sér forvitna.
The magnificent lava falls in Hrunagil, and later in Hvannárgil canyon, were ever-changing and attracted curious crowds.

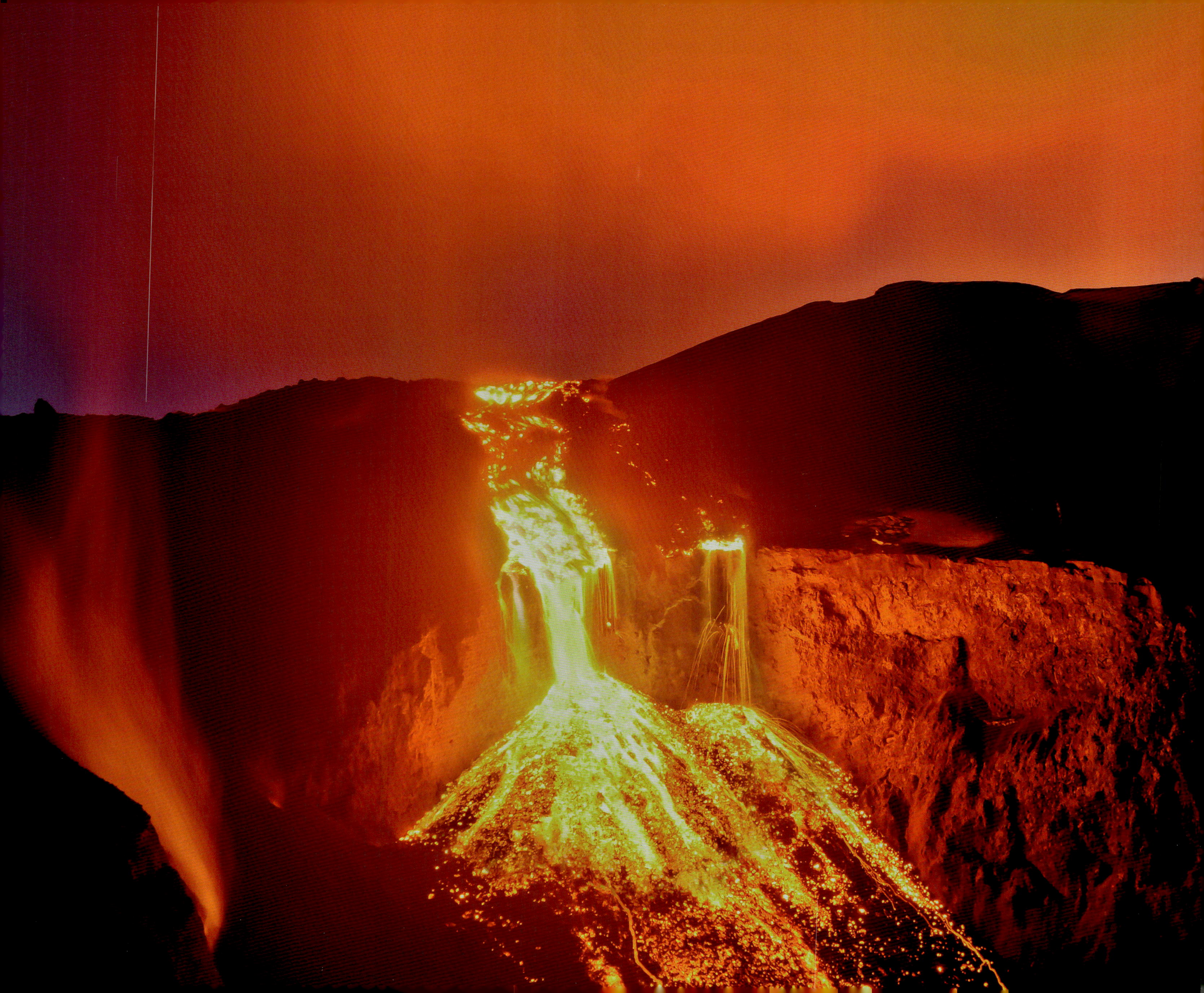

Séð úr fjarska, úr Fljótshlíð, kemur glögglega í ljós að sprungugosið á Fimmvörðuhálsi er ekki stórt. En fallegt er það í tunglskininu.
Seen from a distance, the eruption at Fimmvörðuháls is clearly not a major volcanic event, but it is beautiful in the moonlight all the same.

Eyjafjallajökull tveimur dögum fyrir gjóskugosið úr háfjallinu. Jökulhlaupin fylltu lónið af seti.

Eyjafjallajökull volcano two days prior to the summit eruption. The glacial lagoon was filled with sediment during the meltwater floods.

GOSHLÉ

Lítið bar á gosóróa á mælitækjum allt í kringum fjallið snemma dags 12. apríl og síðar um daginn virtist hann vera horfinn. Benti það til þess að seinni gossprungan hefði einnig lognast út af. Þeir sem flugu yfir gosstöðvarnar gátu staðfest að sú var raunin. Um þremur vikum eftir upphaf gossins var jarðeldurinn þar með liðinn undir lok. Hraunið þakti þá 2,0 ferkílómetra en snæhulan á Fimmvörðuhálsi bar orðið gráan lit vegna gjósku sem fallið hafði úr kvikustrókunum. Jarðskjálftavirkni sem tengja mátti aðfærsluæðinni undir fjallinu hélt þó áfram. Um kl. 08:30 að morgni 12. apríl varð jarðskjálfti, að stærð 3,2 á Richter-kvarða undir norðausturhlíðum Eyjafjallajökuls. Þar á undan varð vart við nokkra mun minni jarðskjálfta á línu milli gosstöðvanna og jökulbrúna Goðabungu, vestast í Mýrdalsjökli, skammt frá Kötlu. Jarðvísindamenn fylgdust náið með framvindunni þennan dag og þann næsta, í báðum eldstöðvunum. Tíminn einn myndi leiða í ljós hvort og þá hvernig jarðeldurinn hegðaði sér á næstunni.

AN INTERLUDE

By April 12th, there were hardly any signs of volcanic tremors at the survey sites surrounding Eyjafjallajökull. This could indicate that the newer volcanic fissure of the two also had died down. Eyewitnesses confirmed that this really was the case: some three weeks after the start of the eruption, all volcanic activity came to a halt, and the eruption tremors, registered on seismic instruments, ceased. The lava flow covered about 2.0 square kilometres, and the snows of Fimmvörðuháls Ridge had a residual greyish tint from a thin cover of ash. However, the earthquakes in the feeding channel below the volcano still continued. At 8:30 a.m. on the morning of April 12th, an earthquake of magnitude 3.2 occurred beneath Eyjafjallajökull's northeastern flank. Prior to this, smaller earthquakes had been registered on a line between the eruption site and Goðabunga at the western edge of the Mýrdalsjökull Ice Cap. Scientists closely monitored the seismic activity in Goðabunga, Eyjafjallajökull and Katla. Only time would tell if or how the earthly fires would continue to play their game.

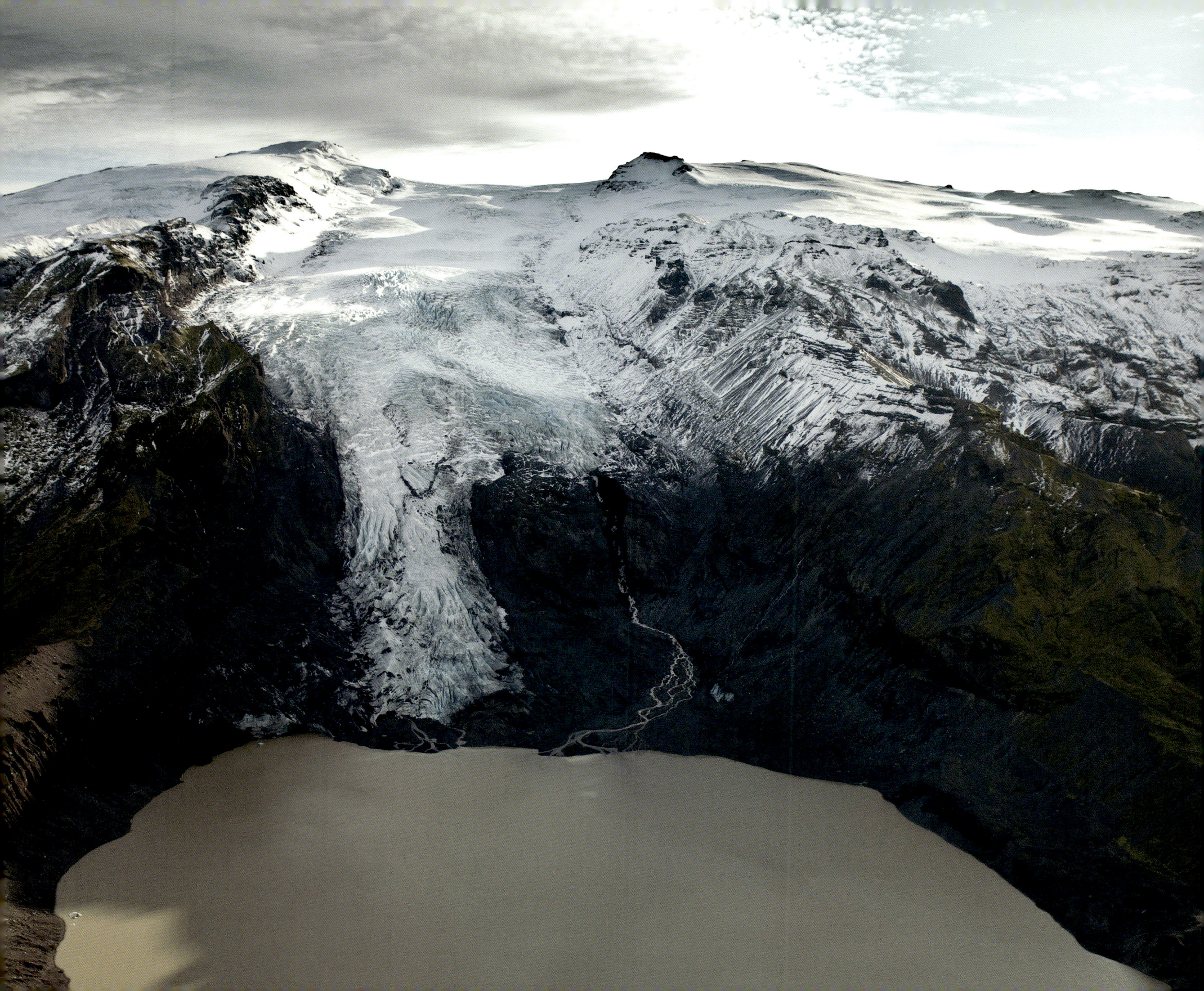

NÆSTA GOSSTIG VELDUR HEIMSTITRINGI

Löng runa jarðhræringa á fremur litlu dýpi í Eyjafjallajökli kom fram 13. apríl og náði hún hámarki með skjálfta að stærð 2,5. Skömmu eftir miðnætti, nánar tiltekið kl. 01:15 þann 14. apríl, opnaði eldfjallið á ný fyrir útstreymi kviku. Að þessu sinni skarst gossprungan um suðurbrún toppgígsins/öskjunnar og inn í vesturhluta jökulskálarinnar, en myrkur og þungbúið veður komu í veg fyrir að vel sæist til gosstöðvanna. Atburðarásin olli mönnum áhyggjum. Gosórói var strax mikill og jókst fram undir kl. 07:00 að morgni. Aftur sýndu áhöfn og búnaður flugvélar Landhelgisgæslunnar mátt sinn og megin. Ratsjárljósmyndir afhjúpuðu 2,0 kílómetra langa gossprungu en innrauðar myndir sýndu aftur á móti öflugar gjóskusprengingar í þremur stórum ísköltum sem eldsumbrotin höfðu brætt í jökulísinn. Stjórnvöld, jafnt sem sérfræðingar og almenningur, óttuðust stórt jökulhlaup, einkum til norðurs. Enn og aftur gekk brottflutningur fólks samkvæmt áætlun og 700-800 manns fengu boð um að flýta sér á örugga staði. Urðu bændur að skilja húsdýr sín eftir heima eins og áður. Allmargir voru beðnir um að dvelja ekki næturlangt í húsum sínum næstu daga, meðan mesti krafturinn hvarf úr gosinu, en flestir gátu brátt snúið heim á leið. Aðalflóðbylgja bræðsluvatnsins náði fljótlega jaðri Gígjökuls og var þar í hámarki rétt um hádegi þennan fyrsta gosdag. Rosalegur, dökkgrár flaumur fossaði úr ísnum fram kletta og jökulurðir, sviptist yfir Gígjökulslónið, fyllti það af aur og gjósku og gekk loks yfir Markarfljótsaura til norðurs og vesturs af eldfjallinu. Um kl. 13:00 var hlaupið í hámarki við Markarfljótsbrú og mun hafa numið 1500-2000 rúmmetrum á sekúndu. Brúin stóðst árauninna, en rjúfa varð veginn og eyðilagðist hluti hans enn frekar ásamt nokkru af gróðurlendi næst Markarfljóti. Verður að flokka jökulhlaupið sem fremur lítið hlaup af völdum eldgoss. Vatn rann til suðurs frá skarði sem hafði myndast í gíg fjallsins og virkri sprungu þar suður af. Vatnsmagnið var þó miklu minna en í aðalhlaupinu. Flóðið olli engu að síður tjóni á nokkrum bæjum og skemmdi búnaðarland undir Eyjafjöllum. Gosmökkur reis þegar upp í 6 km hæð og síðan enn hærra, í 8 km hæð. Næstu fjóra daga kom talsvert magn af fínkornaðri ösku úr gosopunum. Hún náði næstum að ytri mörkum veðrahvolfsins þar sem austlægir vindar og svigkraftur jarðar beindu efninu inn yfir meginland Evrópu. Það myndaði breiða og langa öskudreif í lofti og var þar mikið um glerkenndar örður. Flugumferð var þegar í stað í uppnámi á stóru svæði og stöðvaðist loks alveg. Um 100.000 flugferðir féllu niður fyrstu viku gossins með alvarlegum afleiðingum. Tafir urðu enn lengur á flugi til og frá Íslandi, en það hefur einnig fallið alveg niður og þá tímabundið.

A SECOND PHASE ROCKS HALF OF THE WORLD

A series of shallow earthquakes late in the evening of April 13th culminated with a quake of magnitude 2.5. At 1:15 a.m. on April 14th, Eyjafjallajökull burst open once more. This time, the volcanic fissure cut through the glaciated top crater/caldera, but darkness and foggy weather hid the exciting but worrying scenario from view. The volcanic tremors intensified until about 7:00 a.m. in the morning. Again the Iceland Coastguard aircraft came in handy. Radar images revealed a 2-km-long site of activity, and infrared images showed powerful tephra columns explode in three main ice cauldrons that the magma had melted into the ice. Scientists feared flash meltwater floods, as did authorities and the public. Evacuation plans functioned perfectly, and 700-800 people were ordered to leave their homes immediately – farmers had to abandon their domestic livestock. The affected people remained remarkably calm. The main initial meltwater flood reached the snout of the Gígjökull icefall shortly before noon. Spectacular, dark grey torrents rushed out of the ice, swept across a proglacial lake, filling it with ash and mud, and swamped the outwash plain to the north and west of the volcano. The peak flow, at 1,500-2,000 cubic metres per second, reached the Markarfljót bridge on the National Highway 1 at around 1:00 p.m. The bridge withstood the onslaught, but the currents destroyed a section of the highway as well as some vegetated areas. The incident classifies as a rather small volcanic meltwater flood by Icelandic standards. A much smaller branch of the flood flowed to the south from the breach in the summit crater/caldera rim and damaged farming land and pipelines in the district of Eyjafjöll. The eruption plume soon rose to an altitude of 6 km and eventually reached 8 km. The vents produced fairly large amounts of fine-grained ash for four more days. It almost reached the top of the troposphere and was carried by easterly winds towards mainland Europe, forming a broad and long cloud of minute, glassy particles. Air traffic was immediately jeopardised within a large area. Up to 100,000 flights were cancelled in the week following the onset of the eruption, with grave consequences. The disruption of air traffic affected Iceland longer still.

Öflugt gjóskugos úr nýjum gosstöðvum við tind Eyjafjallajökuls, 17. apríl.
A powerful tephra eruption from the new eruption site close to the summit of Eyjafjallajökull, April 17th.

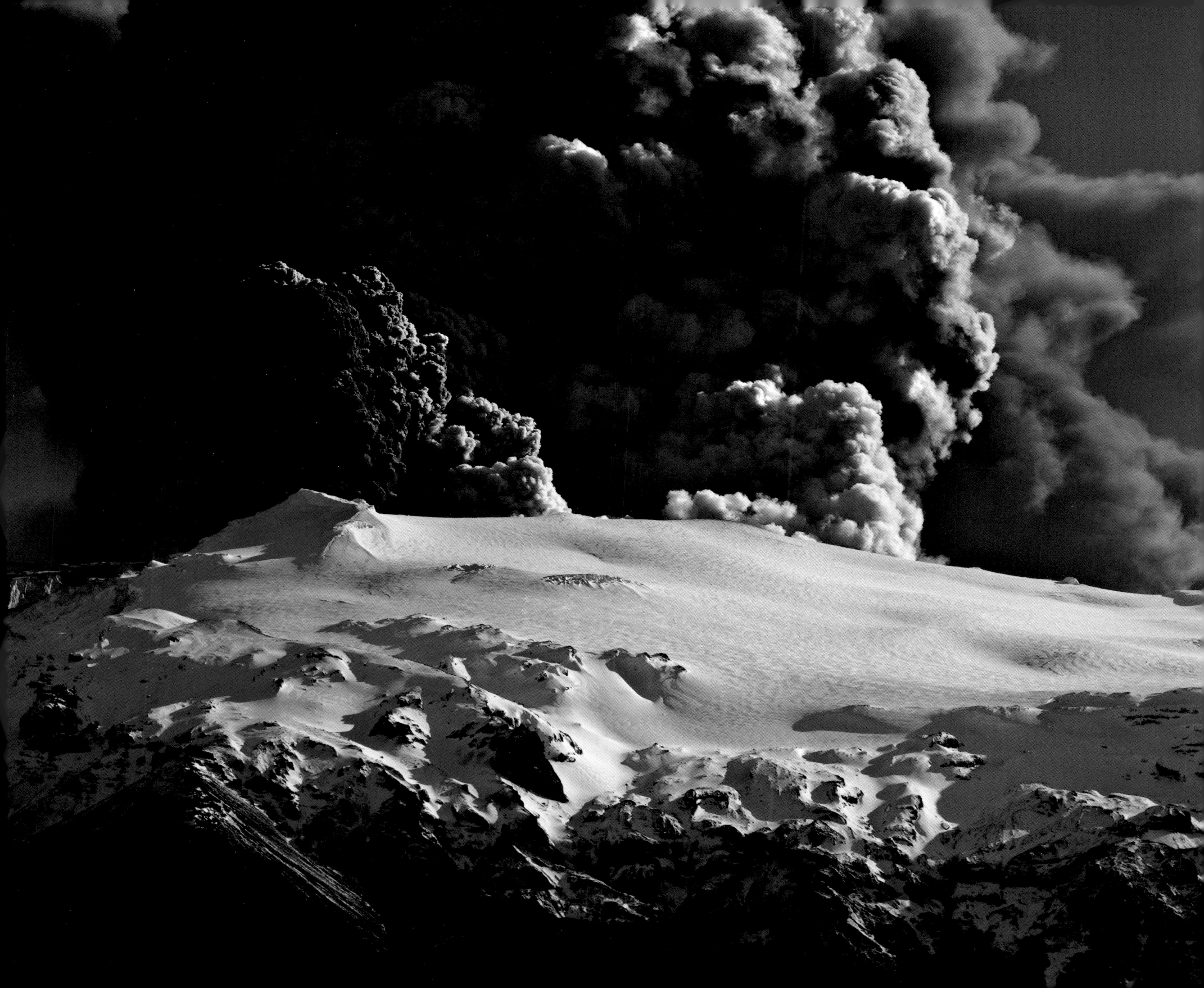

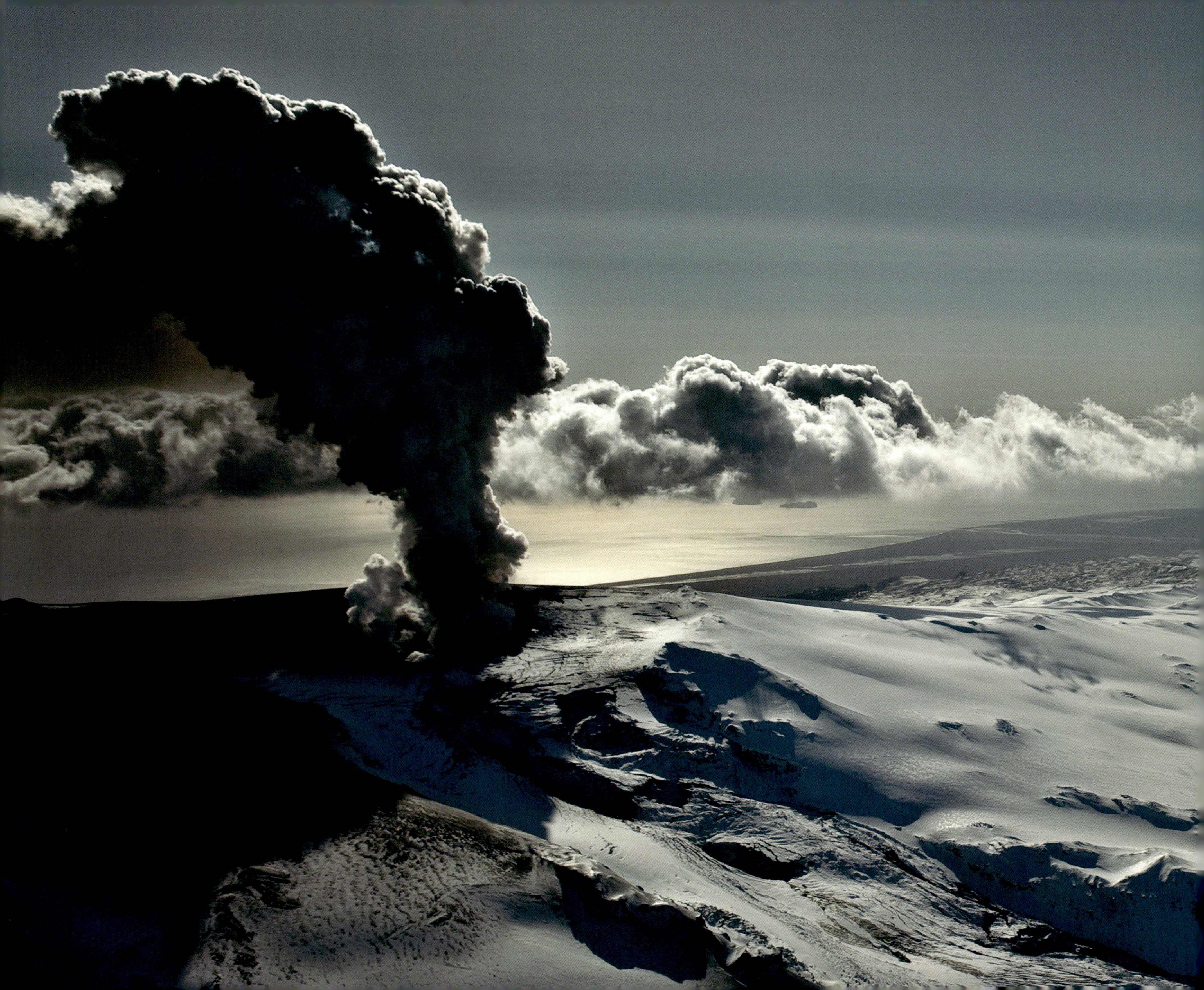

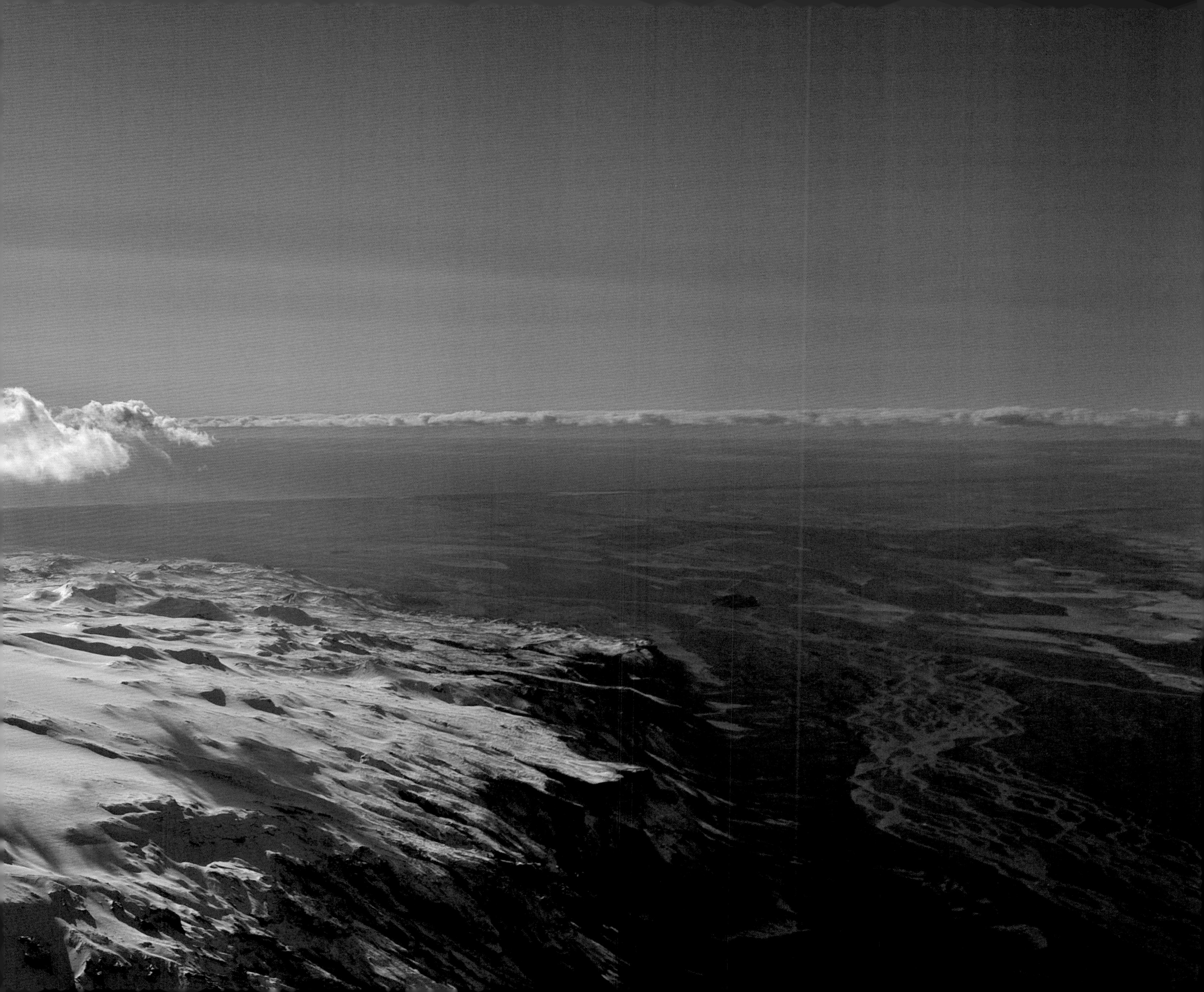

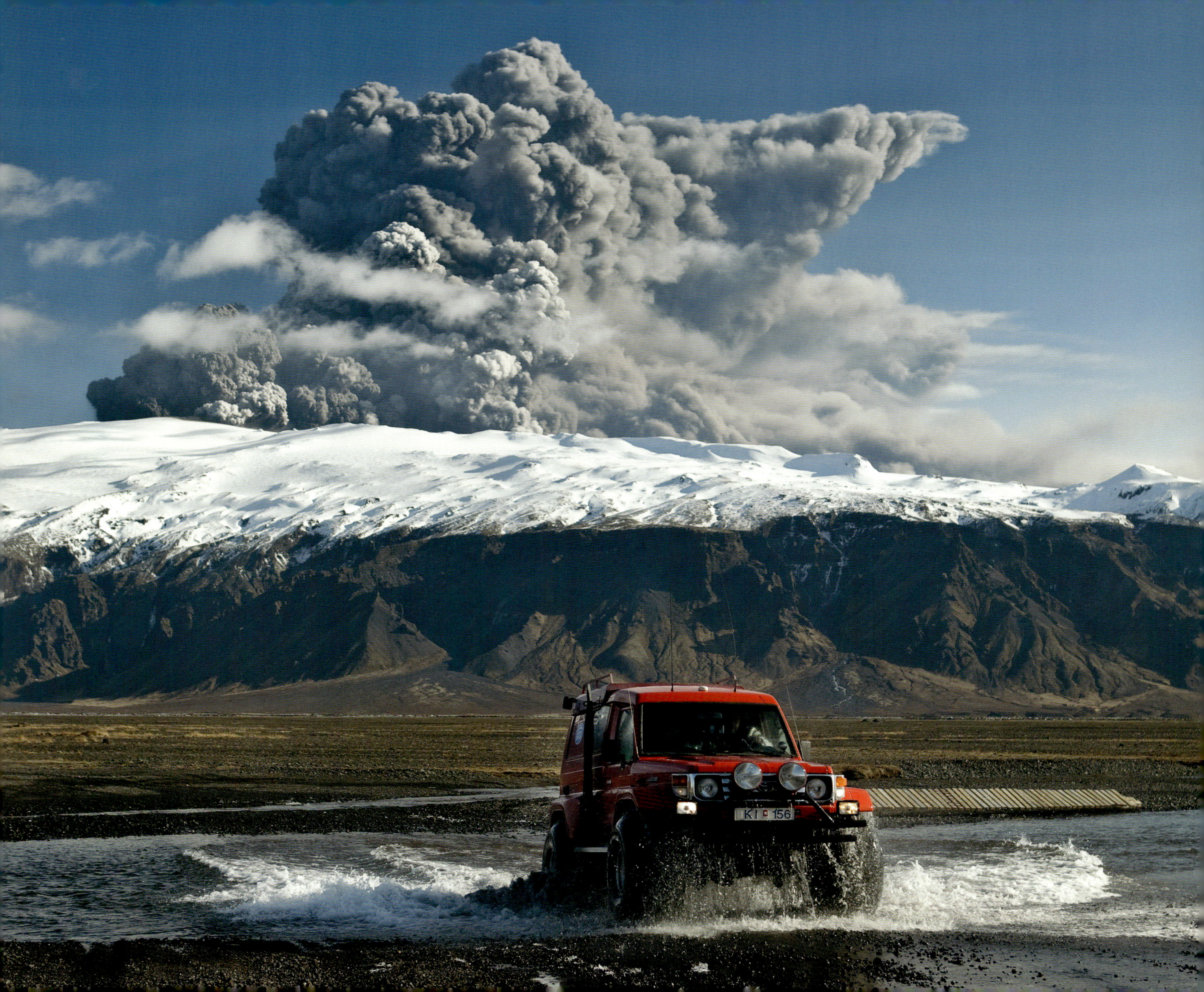
KI 156

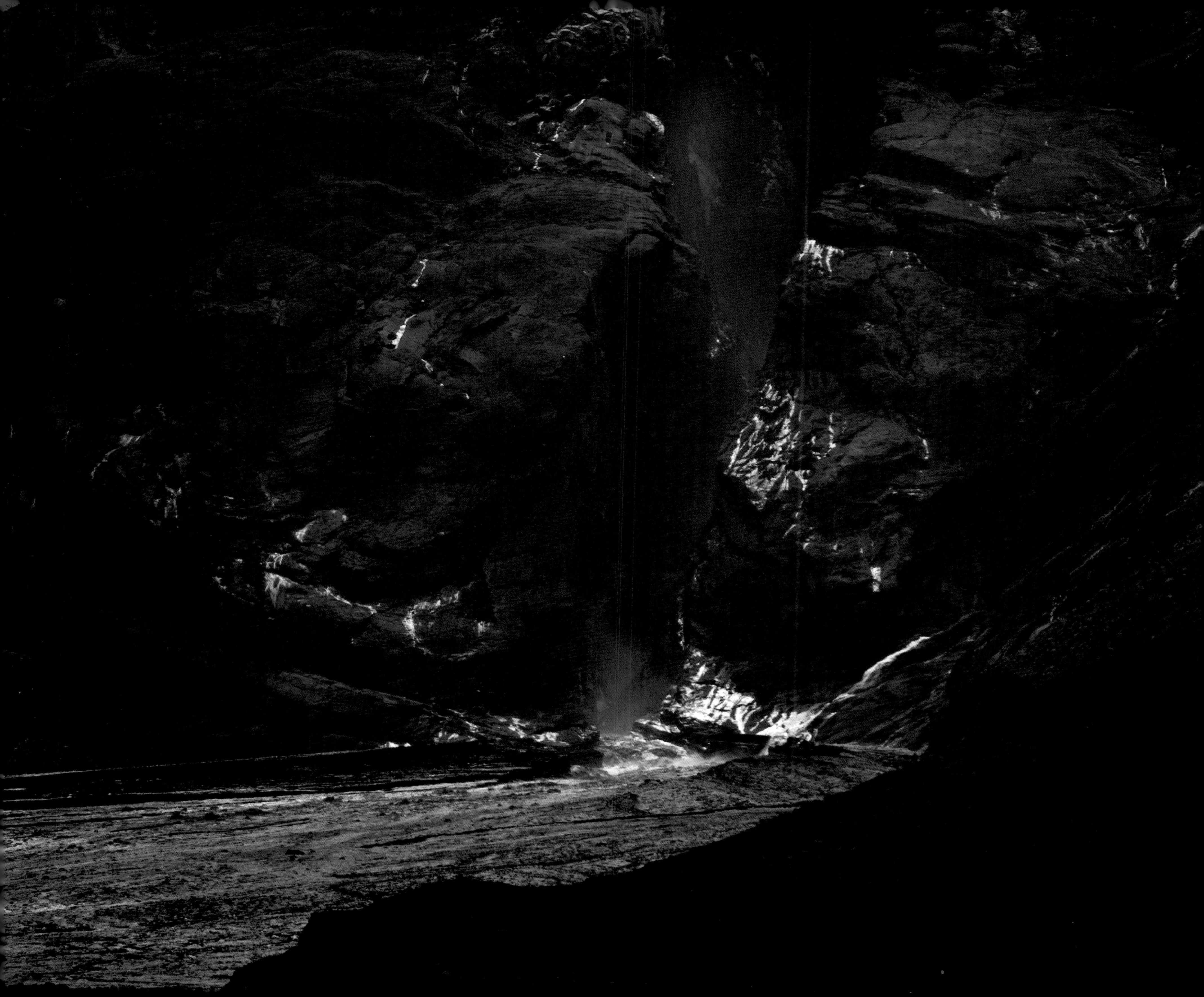

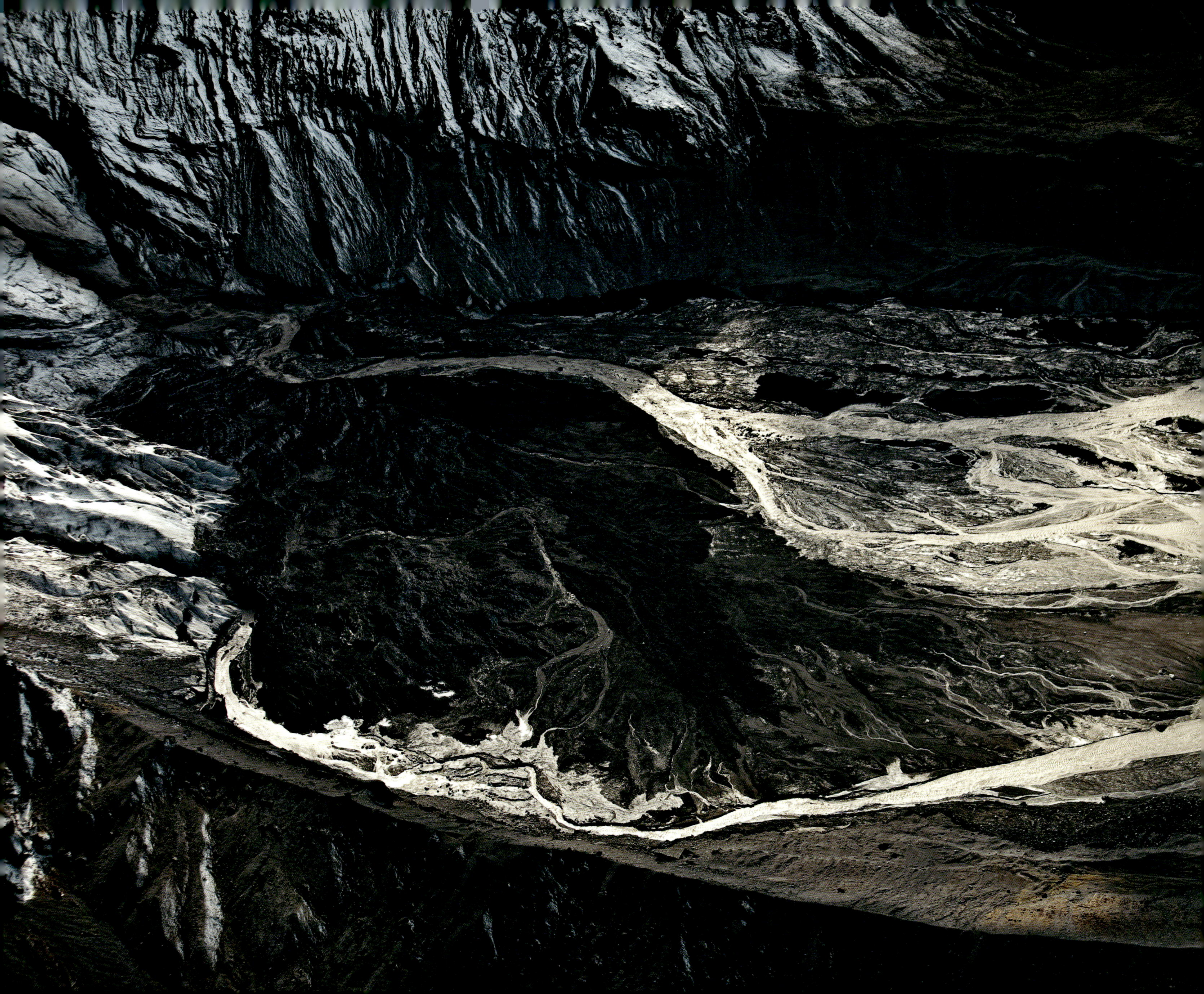

Fyrri opna: Gosið 17. apríl og klettabelti við Gígjökul skúrað af öflugustu hlaupgusunni á fyrsta degi gossins.

Previous page: The eruption on April 17th. A pounding wave of meltwater scours the Gígjökull glacier during the first day of the eruption.

Gígjökulslónið, fullt af seti, og sírennsli frá hrauni sem bræðir sér leið undir Gígjökul.

The Gígjökull lagoon, filled with sediment. A meltwater river has been created as lava tunnels into the Gígjökull glacier.

Erlendir fréttamenn að störfum. | Foreign reporters at work.

Gjóska fellur úr gosmekkinum. | Tephra falling from the eruption plume.

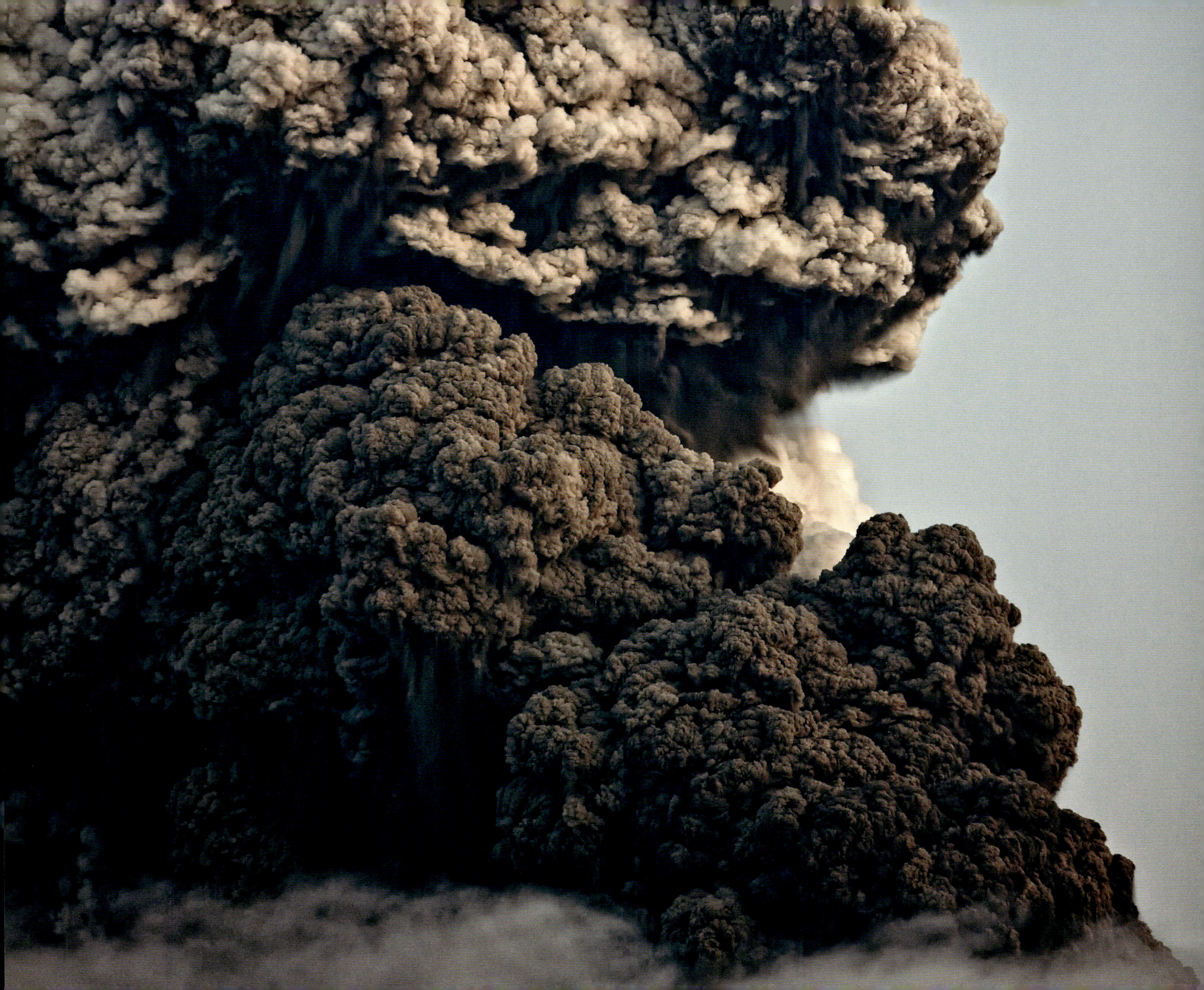

Mesta öskufallið varð 17. apríl og þá suður af fjallinu. Askan barst til annarra landa.

Ashfall peaked on April 17th, falling mainly to the south. Ash was carried to Europe and beyond.

ÖSKUSKÝ ÓGNAR

Dagana 14. til 16. apríl féll aska úr eldstöðinni til austurs. Áhrif hennar í byggð voru fremur mildileg. Hundruð eldinga sem áttu sér upphaf í hröðu upp- og niðurstreymi ösku og gufu í gosmekkinum voru ákjósanlegt myndefni fyrir ljósmyndara. En þetta fremur hagfellda ástand breyttist gjörsamlega þann 17. apríl þegar vindur snerist til norðanáttar. Þá var enn veruleg gjóskuframleiðsla í eldfjallinu. Þetta olli því að mikil aska tók að falla á láglendi sunnan undir Eyjafjallajökli (síðar mældist hún sigin á jörðinni 0,5-5,5 sentímetrar). Gjóskan í loftinu varð að ógnvænlegu, hnykluðu skýi. Svart og dökkbrúnt gleypti það, líkt og risavaxið skuggatjald væri reist, mestan hluta sveitarinnar undir Eyjafjöllum. Dagur varð að nótt og skyggni sums staðar varla nema 1-2 metrar. Þykkasti hluti skýsins lagðist yfir tugi bæja og neyddi fólk til að dvelja innan dyra. Færu menn út varð að nota rykgrímur. Landið breyttist í grámóskulega hryggðarmynd en litlir hvirfilbyljir æddu um tún og akra og þyrluðu upp öskuryki. Á þessum tíma, snemma vors, voru flestir gripir sem betur fer enn hafðir á húsi. Þeir hestar sem ekki voru teknir inn reyndust hins vegar furðu brattir í auðnarlegu landinu eftir að öskufalli lauk að mestu. Þá kom berlega í ljós að verulegt tjón hafði orðið á jörðum um miðbik sveitarinnar, en býli fjær virtust betur sett. Auk fjárhagstjóns á allmörgum bæjum er hætta á að sums staðar verði ekki stunduð bústörf um hríð og jafnvel að einhverjir bændur hætti búskap. Þar sem nýfallin gjóska er í þunnu lagi nær gróður sér fljótt á strik en þykk lög eru verri viðureignar, jafnvel svo að gróður kafnar undir þeim, sérstaklega í beitarlöndum sem hærra liggja en býlin. Mörg tún og byggingar verða hreinsaðar. Það gera bændurnir sjálfir og svo sjálfboðaliðar. Ríkur samvinnuvilji, hjálpfýsi og samstaða ríkir á gjóskufallssvæðinu. Íslenska ríkið notar Viðlagasjóð til að astoða þá sem þess þurfa eftir öskufall eða flóðaskemmdir. Á það hefur oft reynt eins og dæmin sanna.

ENGULFED BY ASH

Between April 14th and 16th, ash fell to the east. The effect on populated areas there was minor. The ash plume, illuminated by lighting caused by rapid convection in the steam, made a first-class motif for photographers. This relatively favourable situation changed dramatically on April 17th, however. While the eruption was still in a strong tephra-producing phase, the wind started to blow from the north. The ashfall in the lowlands south of the volcano became substantial (later measuring 0.5-5.5 cm on the ground). The flying ash formed a dark, menacing cloud over most of Eyjafjöll district. Day became night. Visibility was reduced to as little as 1-2 m. The ash cloud engulfed 20-30 farms and forced local residents to stay inside or use a dust mask while outside. The land turned into a tragic, grey landscape. Swirling dust columns hurried over fields and pastures. Most domestic animals were still kept indoors, as it was early spring. However, a number of free-roaming horses did remarkably well in the uncanny environment. When the worst was over, it became evident that serious damage had been done to central parts of the district, although neighbouring areas seemed to be in a better state. Besides short-term economic damage to a number of farms, some farms may have to halt production for a while or could even be completely abandoned. Where the freshly fallen ash is thin, the vegetation will survive, but the thicker deposits are more problematic, especially those in high-lying pastures. Farmers and volunteers have cleared many fields and farmhouses of ash. A strong sense of cooperation and solidarity prevails, and the Icelandic state will use the special fund allocated for recovery after natural catastrophes (Viðlagasjóður) to assist those affected by floods and ash.

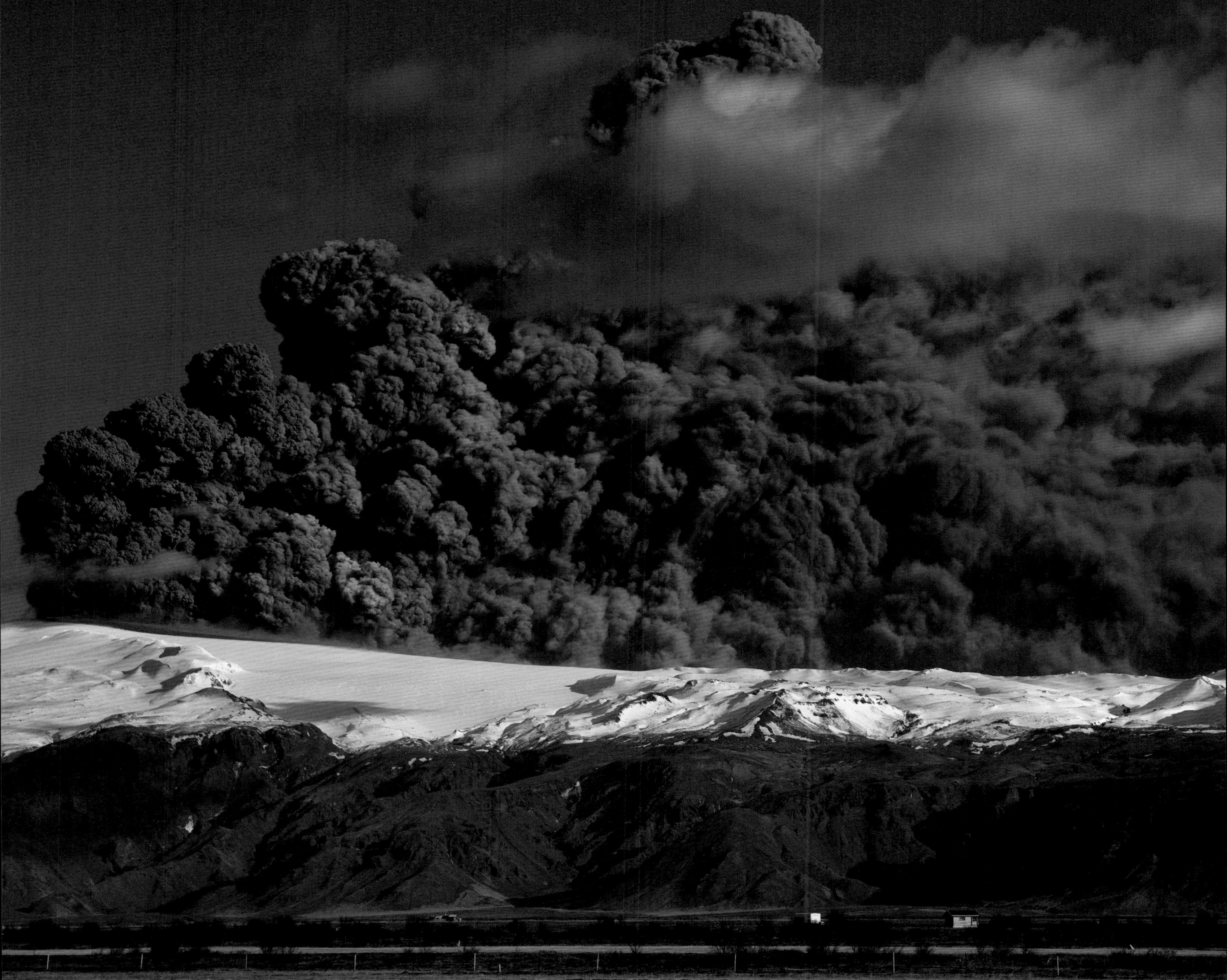

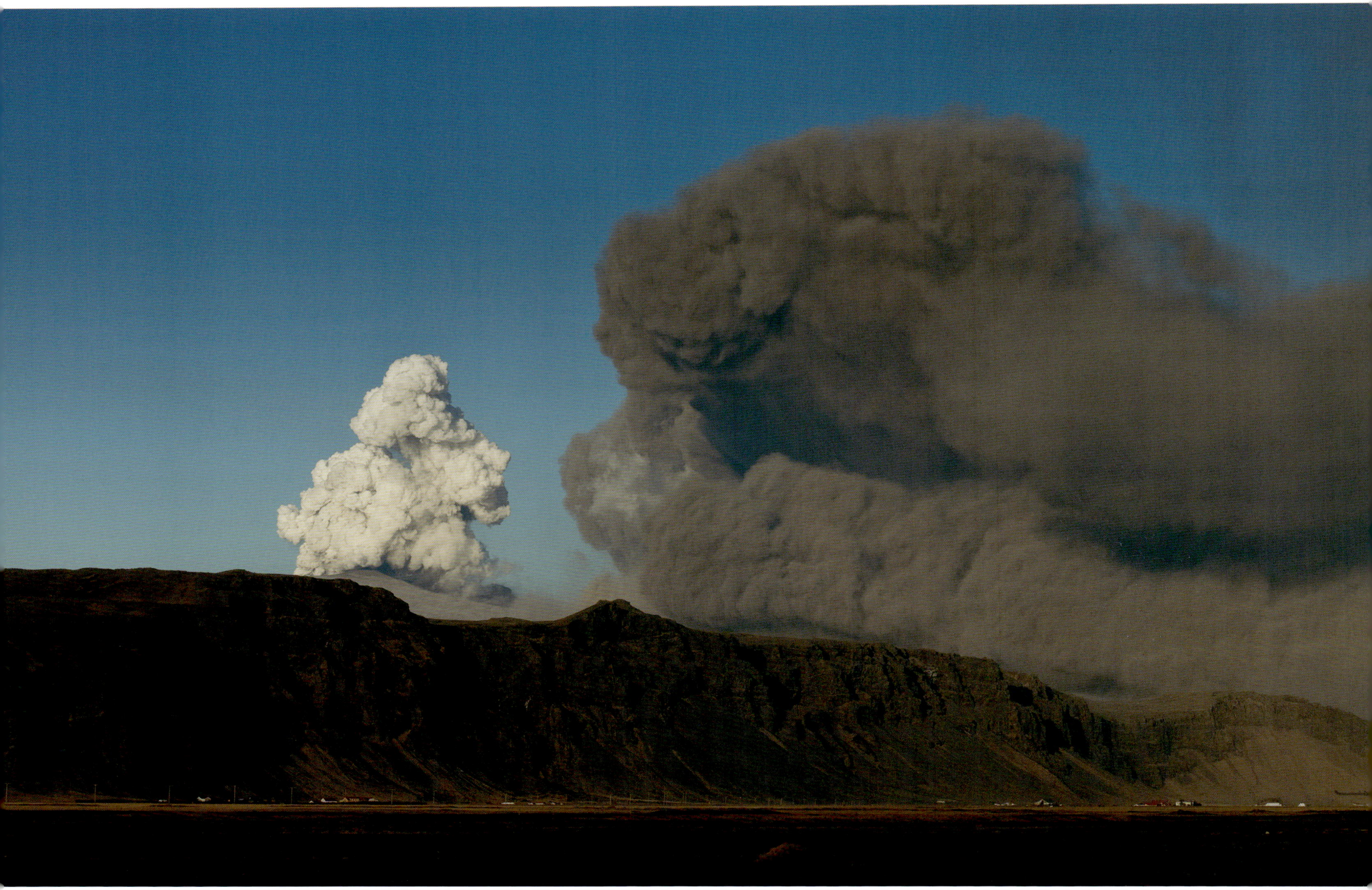

EYJAFJALLAJÖKULL – Untamed Nature | 61

Undir Eyjafjöllum, 17. apríl. | In the Eyjafjöll district, April 17th.

EYJAFJALLAJÖKULL – Untamed Nature | 63

Upphaf sprengingar. Horft beint ofan í aðal ísketil og gíg Eyjafjallajökuls á því sekúndubroti þegar gjóskusprenging verður. Hljóðbylgjur sáust berast um mökkinn.

Bull's eye. A split-second view straight into the main ice cauldron and volcanic crater of the volcano at the onset of a tephra explosion. Sound waves could be seen rippling through the clouds.

ÞRIÐJA STIGIÐ – UM HÆGIST

Vatn komst í gosrás eldfjallsins fyrstu gosdagana. Það varðaði mestu um gjóskumyndunina og skýrir af hverju hún var svo mikil sem raun ber vitni á því tímabili. Efnagreiningar sýndu að gjóskan er úr ísúrri kviku (ekki ólivín alkalíbasalti eins og á Fimmvörðuhálsi, heldur trakíandesíti). Slík bergbráð er fremur seig og myndar umtalsverða gjósku án tilkomu vatns. Þann 20. apríl kom fram að jarðfræðingar töldu að óþjöppuð gjóska hafi verið orðin 120-150 milljónir rúmmetra. Magnið samsvarar um 70 milljónum rúmmetra af kviku (0,07 rúmkílómetrum af þéttu efni). Gosefnaútstreymið er metið af stærðargráðunni 300 rúmmetrar á sekúndu fyrstu daga umbrotanna. Þessar tölur duga ekki til að flokka gosið sem meðalgos fyrstu vikuna, hvað þá stærra. Dagana 19. og 20. apríl dró verulega úr gjóskuframleiðslunni og varð hún aðeins brot af því sem verið hafði. Gosstöðvar voru þá virkar í tveimur ískötlum af þremur og sendu frá sér meira af gjalli, hraunkleprum og hraunkúlum en gjósku. Við spengingar í gígunum þeyttust stórar hraunflygsur hátt og lentu jafnvel á snjó- og ísbreiðum á hátindi fjallsins, sem orðnar voru svartar af gjósku. Við hverja sprengingu urðu hljóðbylgjurnar sýnilegar þar sem þær skutust í gegnum gufu- og gjóskuskýið með tilheyrandi háværum drunum. Mökkurinn náði nú aðeins 3-5 kílómetra hæð. Að nokkrum dögum liðnum hætti virkni í syðri gígnum en sá nyrðri hefur haldið áfram að hlaðast upp úr gjósku og hrauni niðri í ískatlinum. Nýr tindur varð til.

THE THIRD PHASE – SLOWING DOWN

Water entered the summit vents during the first days of the eruption, resulting in heavy ash production. Chemical analysis revealed that the tephra is of an intermediate composition (trachyandesite rather than the alkali olivine basalt seen on Fimmvörðuháls Ridge). This type of melt is rather viscous and forms considerable quantities of ash without contact with water. Geologists estimate that the volume of fresh ash by April 20th was 120-150 million cubic metres, equivalent to 70 million cubic metres of magma (0.07 cubic kilometres of compact matter). The average emission rate during the first days of the eruption was probably 300 cubic metres per second. These figures do not qualify the eruption as a medium-sized event during its first week, let alone a big one. On April 19th and 20th, tephra production decreased considerably. Vents in two out of three ice cauldrons were still active, but they spouted more scoria, lava lumps and lava bombs than tephra. The eruption hurled large lumps of lava high onto the air to land in surrounding ice and snow, now blackened by ash fall. Each explosion sent a sound wave ripple through the steam and tephra cloud, accompanied by a loud boom. The plume reached only 3-5 kilometres into the air. Within a few days, the southern vent fell silent. In the northern ice cauldron, however, a large tephra and lava crater continued to build up. A new peak was being born.

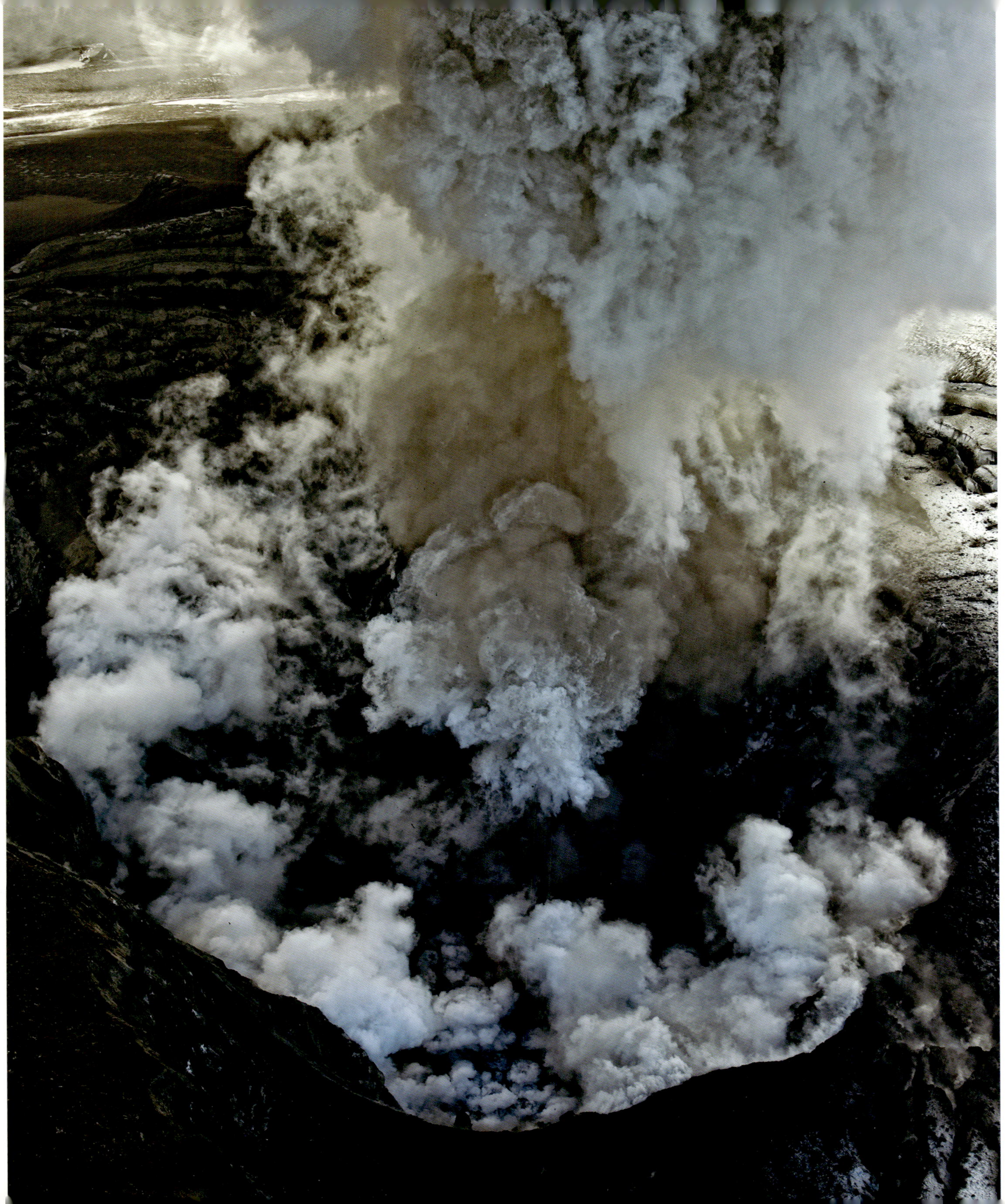

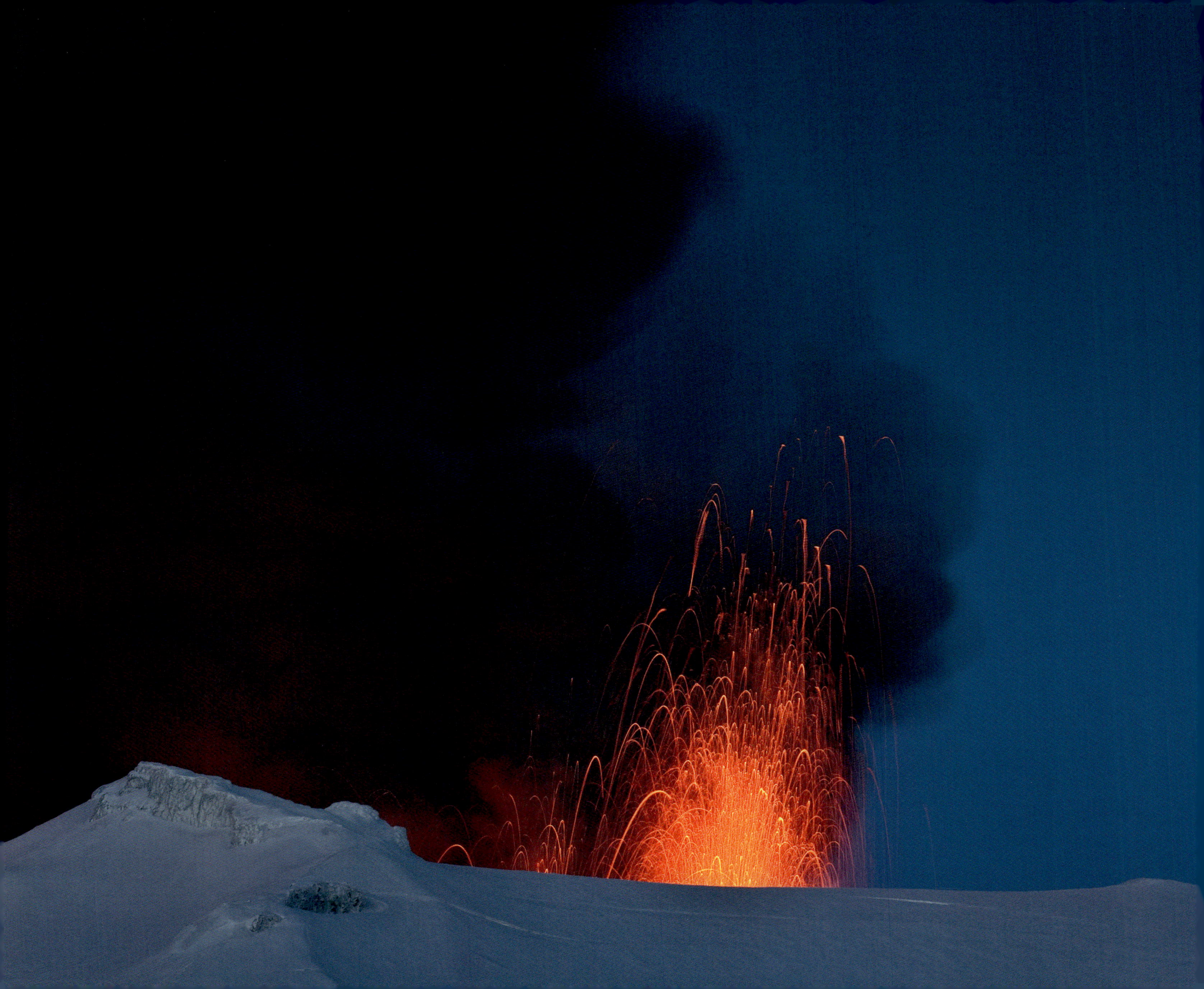

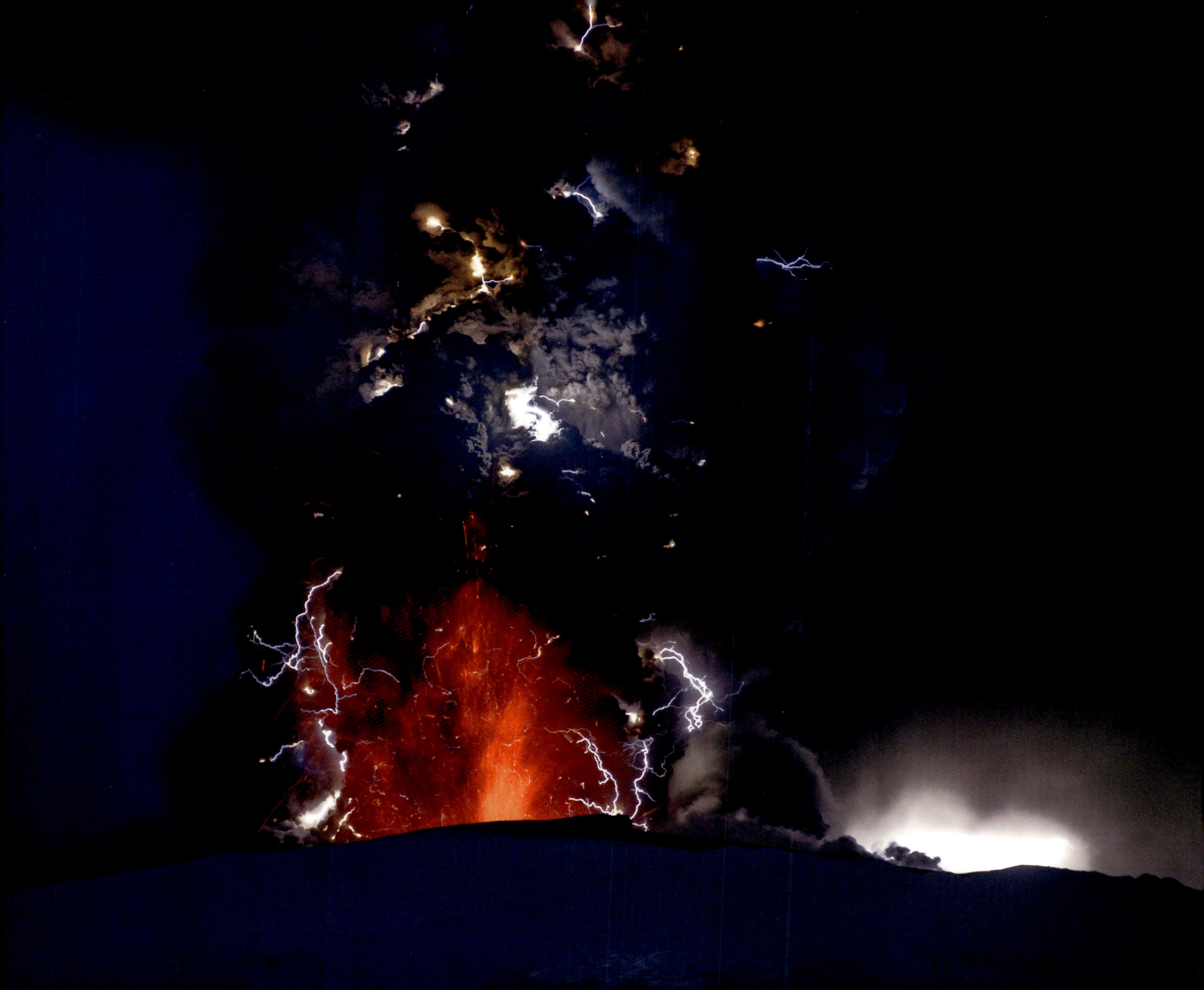

Eldingar eru þekkt fyrirbæri í gosmekki við eldsumbrot. Þær eru því algengari sem meira er um gufusprengingar og gjóskumyndun. Stöðurafmagn (rafhleðsla) myndast við núning í skýjahlutum uns neisti (elding) hleypur á milli og afhleður efnið. Þrumur fylgja.

Lightning can often be seen in large eruption clouds during volcanic unrest, particularly where tephra production is high and accompanied by frequent steam explosions. Static charges build up in the cloud until a spark (lightning) flashes and releases a charge. A roaring thunderclap follows.

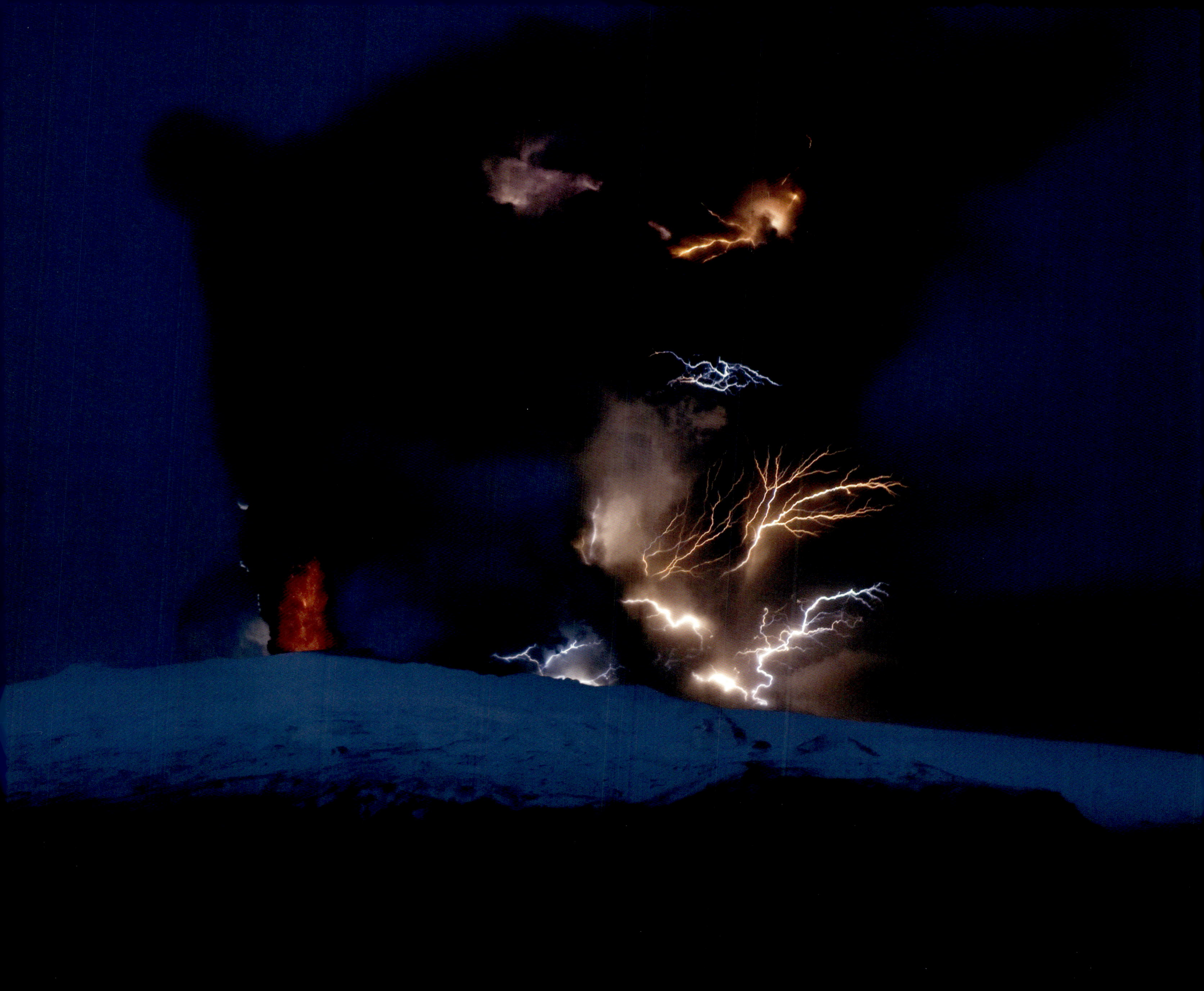

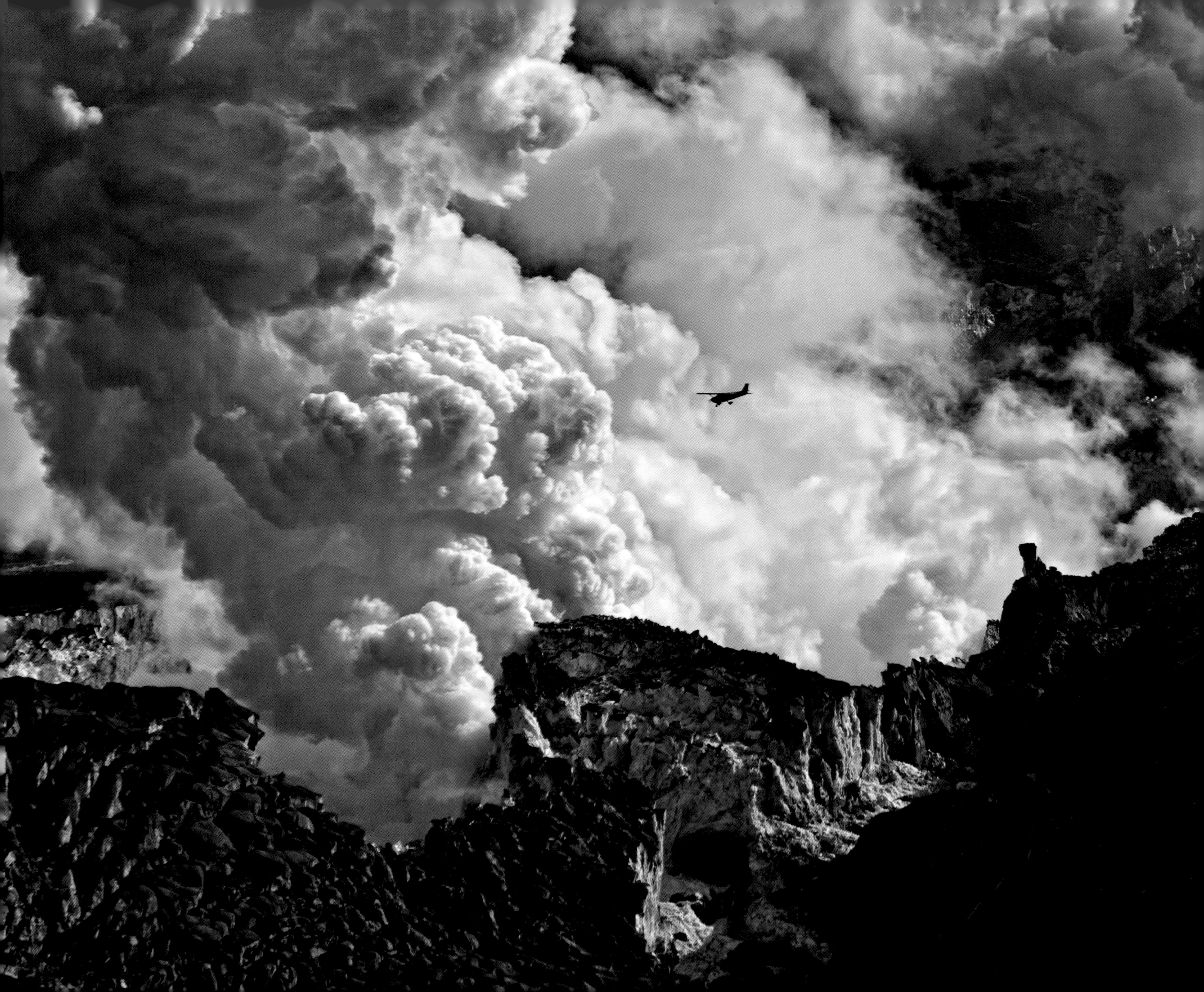

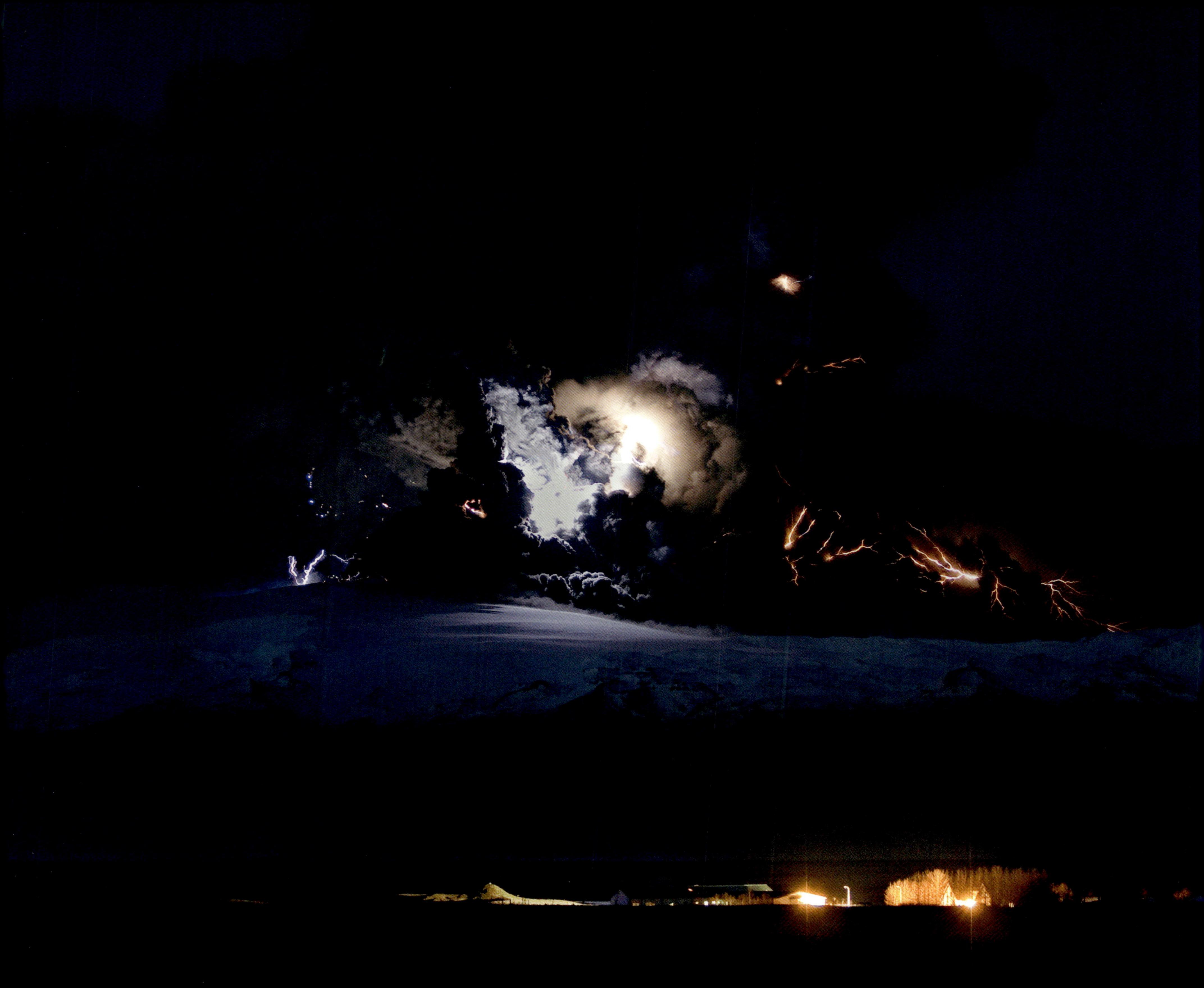

Fyrri opna: Hraunrennsli í annarri viku gossins framkallaði gríðarlega gufumekki (t.v.) þegar bráðið bergið tókst á við ísinn í toppgíg/öskju Eyjafjallajökuls. Sjónarspilið yfir Eyjafjallajökli var stundum nær dáleiðandi (t.h.).

Previous page: Lava flow during the second week of the Eyjafjallajökull eruption created giant steam columns (left) as the melted rock met with ice in the summit crater/caldera. The play of light and colours was sometimes mesmerising (right).

Öskuský, gufa og mistur, drunur og titringur; þetta er meðal þess sem fólk verður að þola næst eldfjallinu.

Ash clouds, steam, haze, loud booms and tremors: people close to the volcano must get used to all this.

FJÓRÐA STIGIÐ – HVERT STEFNIR?

Þegar þessar línur eru ritaðar, snemma í maí, rennur hraun til norðurs eftir botni stóra toppgígsins/öskjunnar. Það bræðir sér ísgöng ofarlega í Gígjökli og fyllir þau jafnóðum af storku. Ekki ryðjast nein veruleg jökulhlaup lengur undan jöklinum þar sem hann endar neðst í fjallinu. Sírennsli er töluvert og stundum brjóta einstaka hlaupgusur úr ísstálinu allstór stykki. Vatnið flæðir með boðaföllum og ísjökum um aurkeilu þar sem áður var jökullón (fáein hundruð rúmmetra á sekúndu). Á skjálftamælum sést nokkuð stöðugur og öflugur órói, en með tímabundnum sveiflum. Gjóska fellur enn á láglendi, einkum austan og sunnan fjallsins, en töluvert minni en áður. Flugvellir Evrópu hafa í heild verið opnir nema hvað lokanir hafa orðið á Íslandi og í nágrannalöndunum. Þann 5. og 6. maí bar á verulega aukinni skjálftavirkni á 12-14 km dýpi undir Eyjafjallajökli. Samhliða varð vart við landlyftingu eftir verulegt sig í eldfjallinu og nágrenni þess. Það dró úr hraunrennsli en gjóskugosið jókst og hefur gosmökkurinn náð 7-10 kílómetra hæð, en gjóskumagnið þó minna en var í upphafi. Má fullyrða að engin merki séu um að gosinu fari að ljúka. Ekki er heldur með neinu móti hægt að lýsa atburðarás næstu mánaða. Megineldstöðvar geta gosið vikum, mánuðum og jafnvel árum saman. Dragist umbrotin á langinn fer gosið að slaga upp í lítil eða meðalstór Kötlugos, hvað magn gosefna áhrærir, og verði það mjög langt eru enn ný viðmið uppi á teningnum. Haldi gjóskufall lengi áfram er viðbúið að það valdi meiri og útbreiddari vanda en langflestir núlifandi Íslendingar eiga að venjast.

THE FOURTH PHASE – HEADING WHERE?

As I write these words in early May, lava is flowing northwards, tunnelling its way beneath the upper reaches of the Gígjökull glacier. Large floods no longer emerge from the glacier, however. A steady flow of meltwater with occasional discharge peaks of a few hundred cubic metres per second accompanies this phase of the eruption. Registered volcanic tremors vary somewhat in strength but still remain rather strong and steady. Ash continues to fall in the lowlands to the east and south of the volcano, though in much smaller quantities than before. Flight traffic in Europe has largely returned to normal, but airports in Iceland and neighbouring countries have had to close periodically. On May 5th and 6th, volcanic tremors increased significantly at a depth of 12-14 km under Eyjafjallajökull. At the same time, a slight uplift of the land countered an earlier subsidence in the volcano and the surrounding area. Ash production stepped up again, and the eruption plume has reached heights of 7-10 kilometres, although the volume of the ash is much less than on the first days of the eruption. To date, the eruption shows no signs of stopping. However, there is no way of telling what will happen in coming months. Central volcano eruptions can last for weeks, months or even years. Should volcanic activity in Eyjafjallajökull drag on for some time, the eruption may ultimately rival a small or medium-sized Katla event in terms of the volume of volcanic material it produces. Continuing ashfall will, in the long run, create graver problems than faced now.

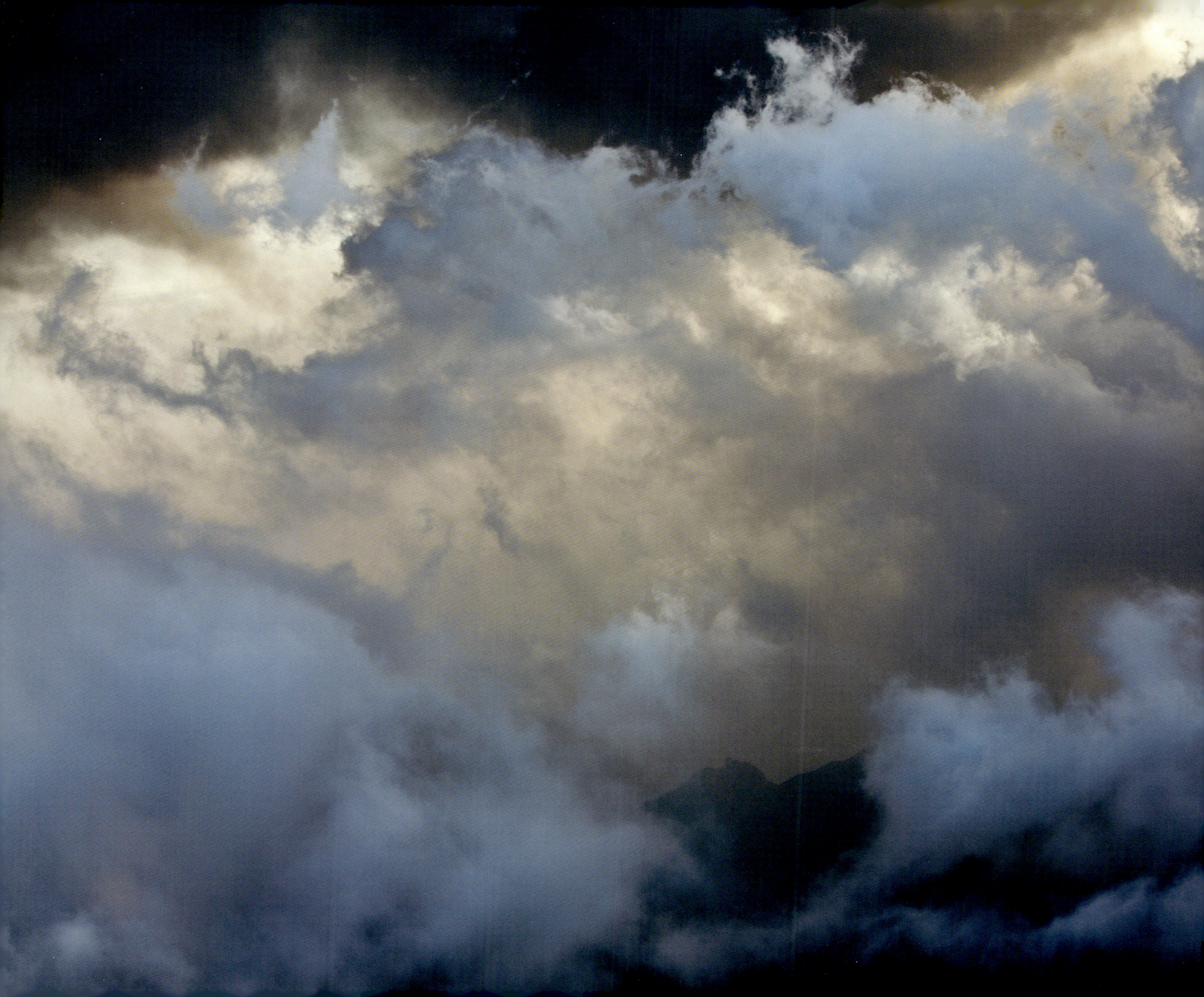

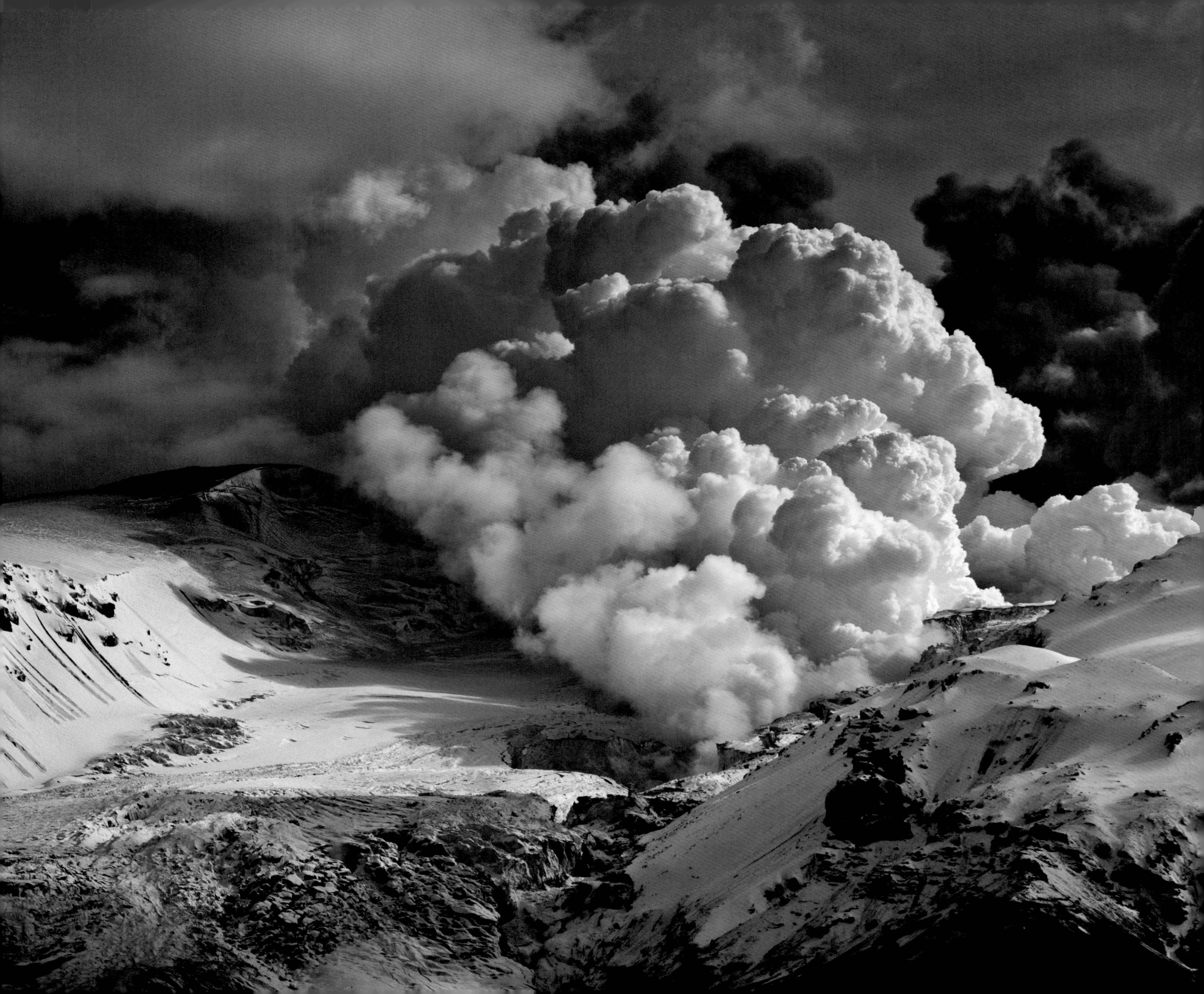

Blandgos. Hraun rennur undir og í jökli (hvít gufa) meðan nyrsti gígurinn sem enn er virkur eys úr sér dökkri gjósku og hraunflygsum.

A mixed eruption. Lava flows beneath glacier ice (white steam), while the northernmost crater, still active, belches dark grey tephra and lava lumps.

Óblíðar andstæður jarðeldsins. | The stark contrasts of volcanism.

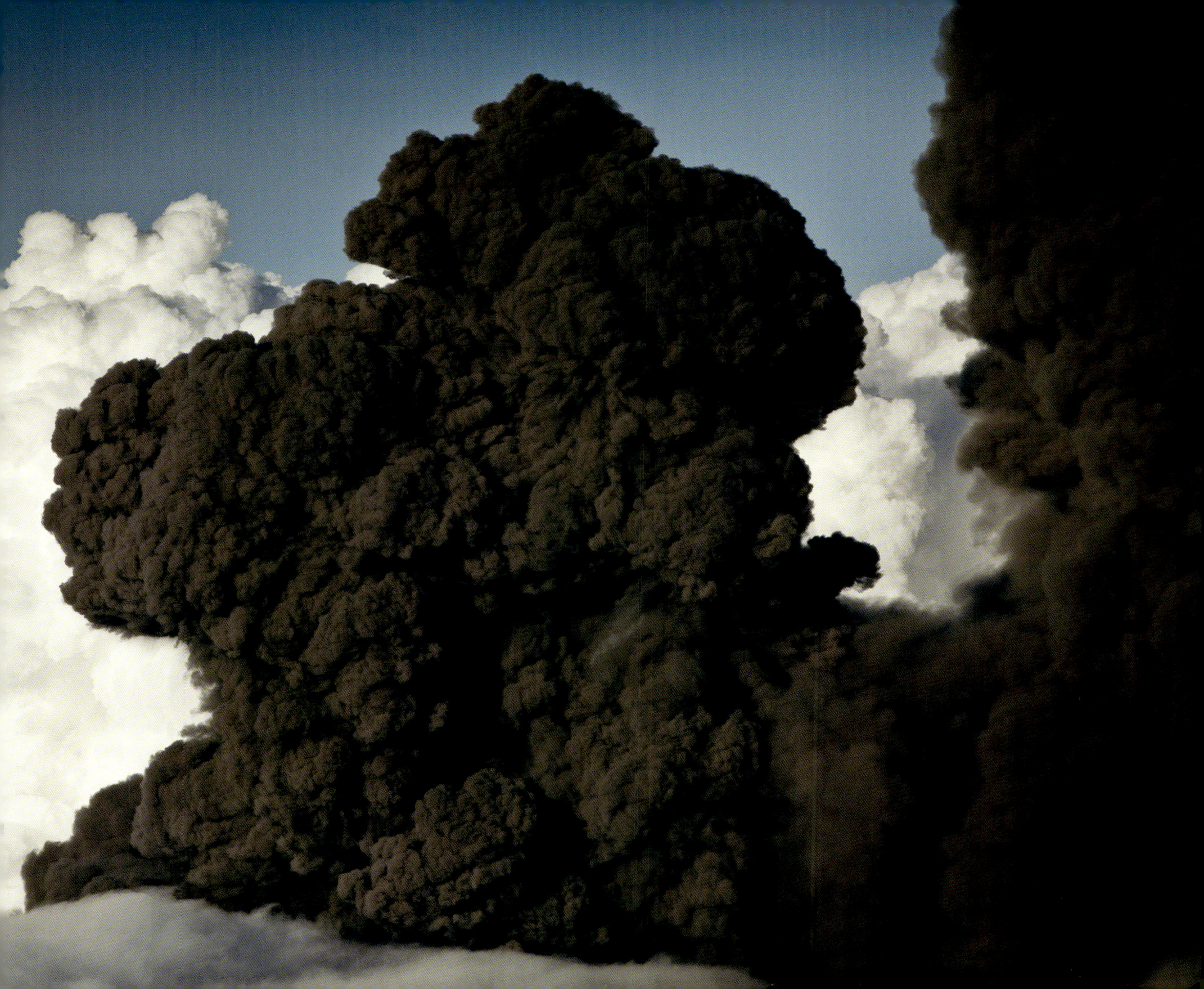

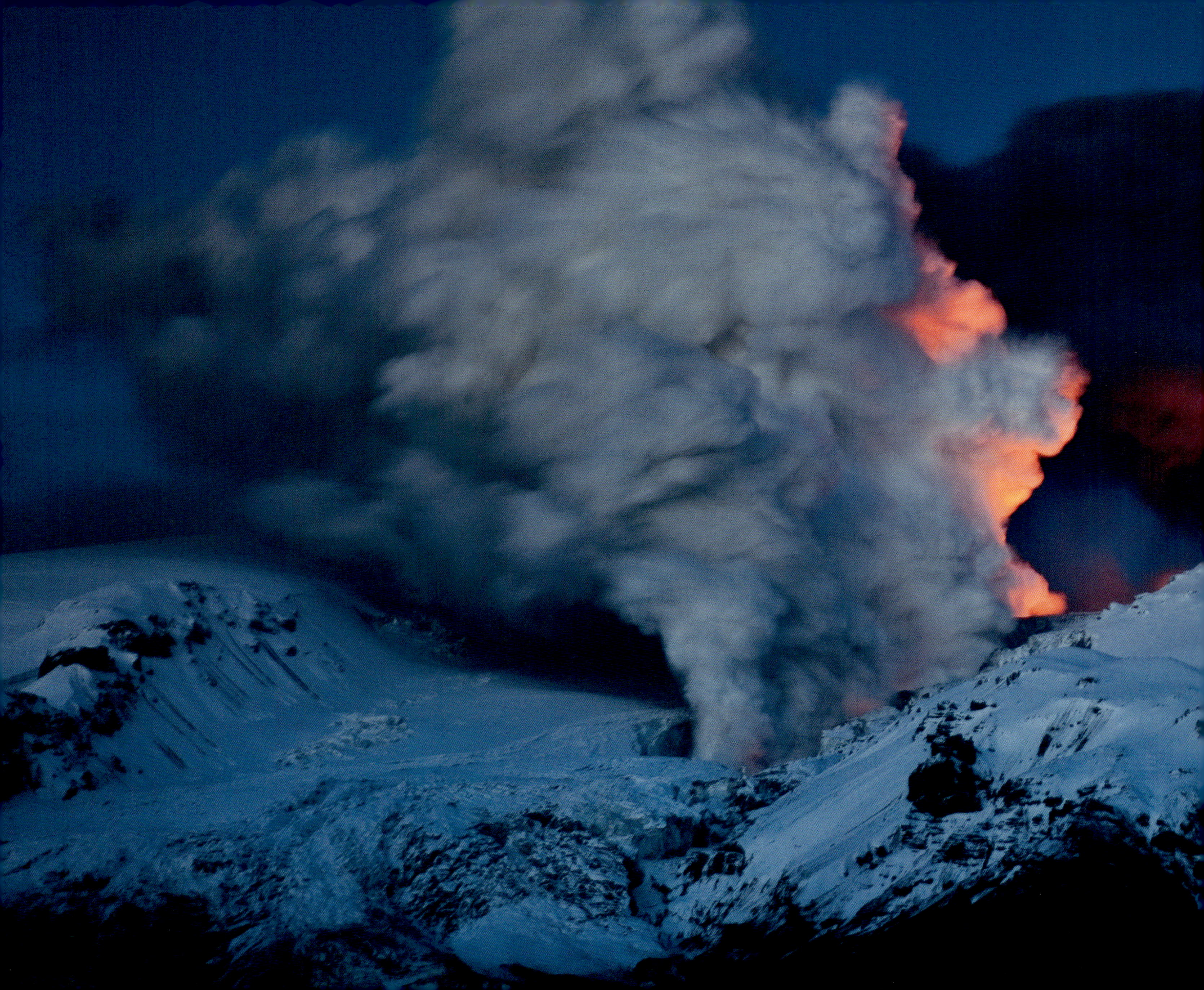

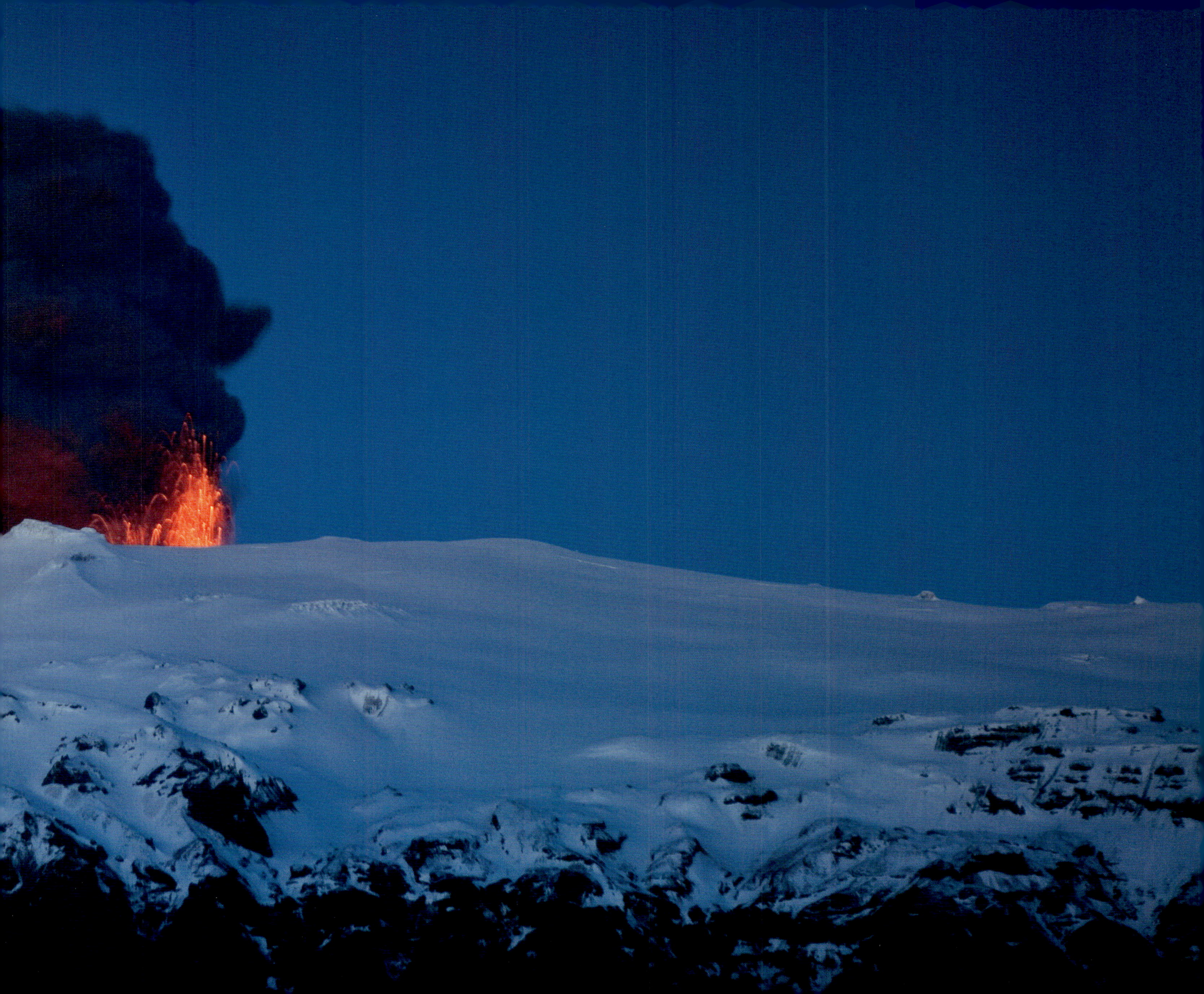

Fyrri opna: Það sem ekki sést í dagsbirtu kviknar á kvöldin. Hraunstraumur kominn hálfa leið að jaðri Gígjökuls, 5. maí 2010 kl. 2:19.

Previous page: What is not visible in daylight comes ablaze in the evening. The lava flow reaches halfway to the snout of the Gígjökull glacier, May 5th at 2:19 a.m.

Svo mjúk er þín áferð, jarðeldur, þegar svo ber undir.
So soft, so smooth, you earthly fires.

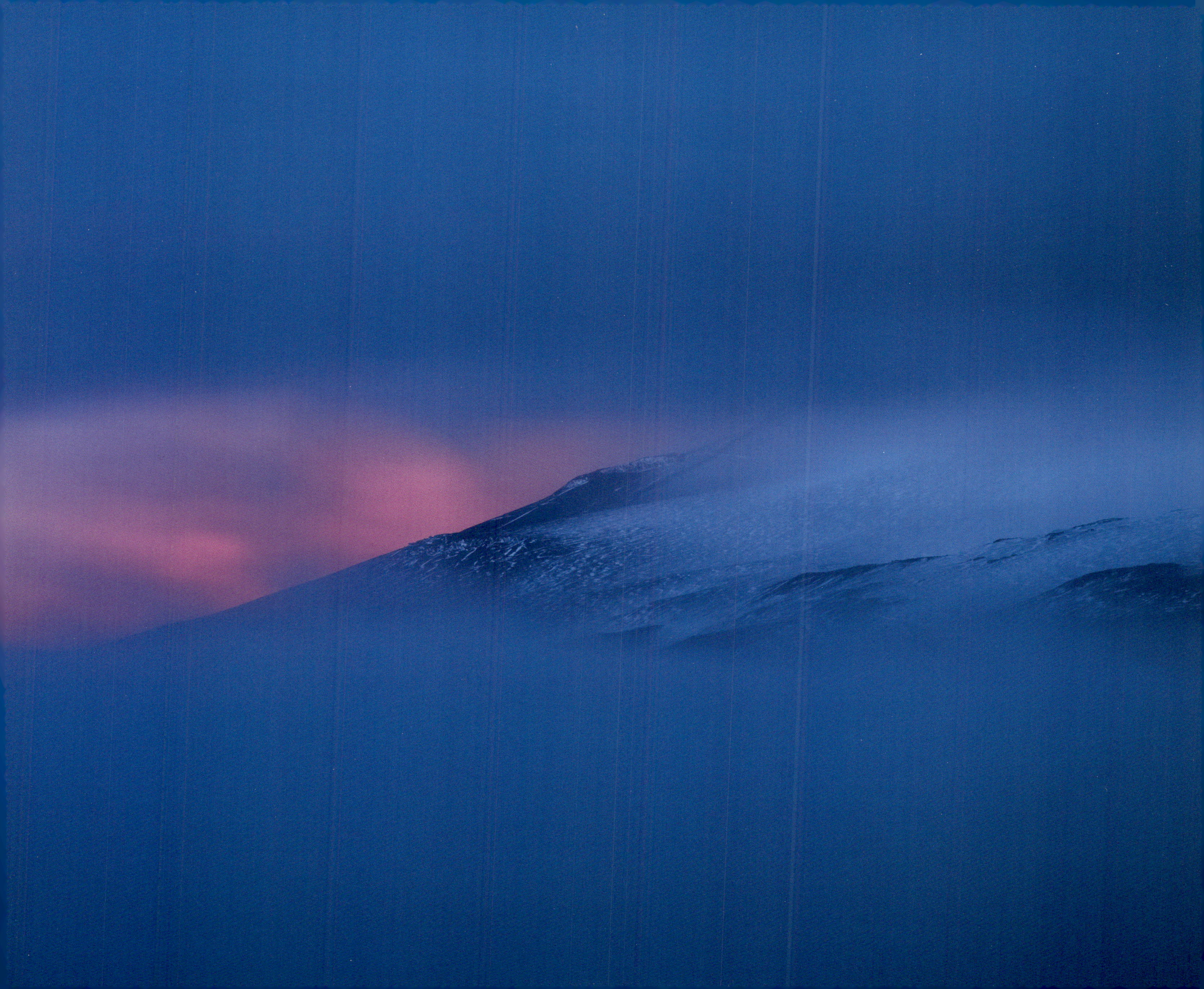

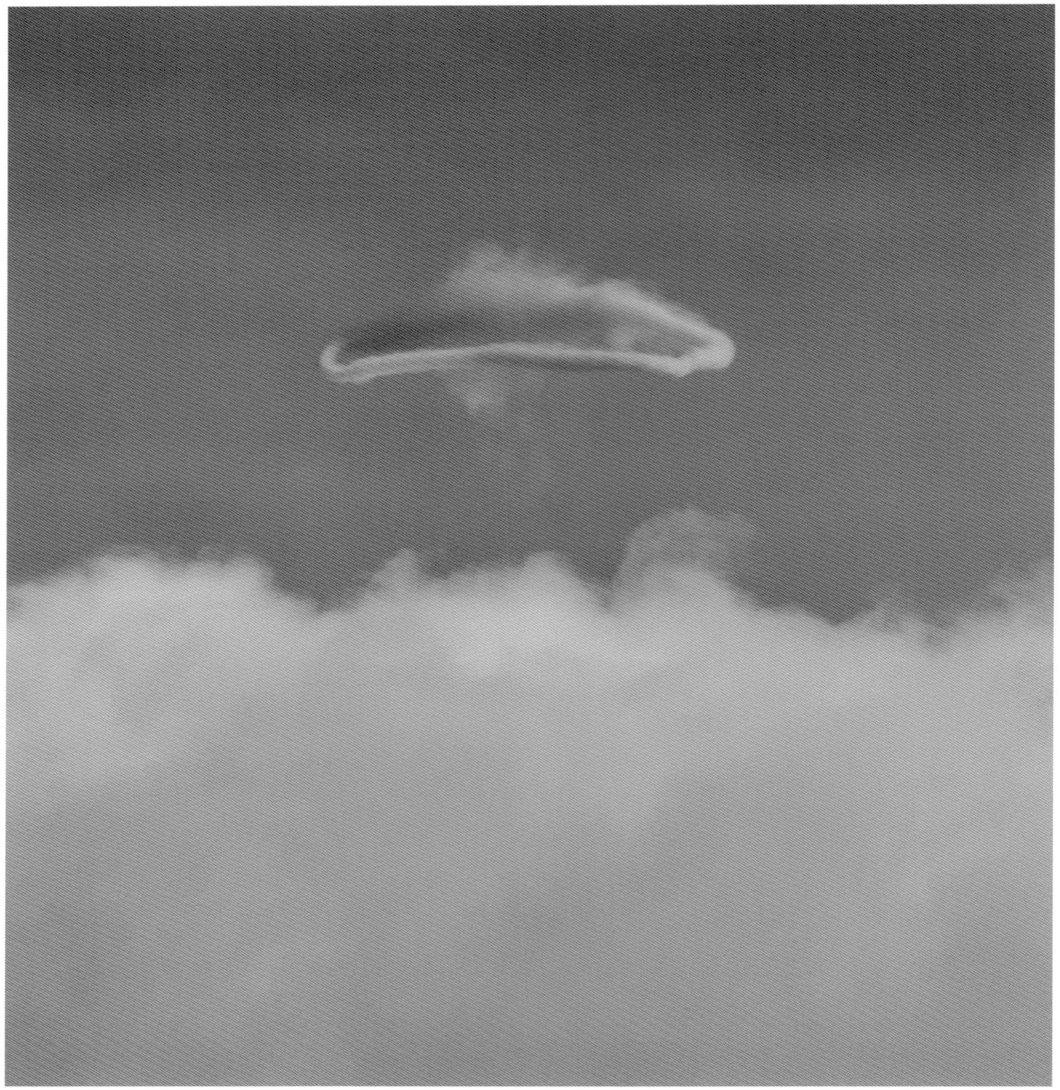

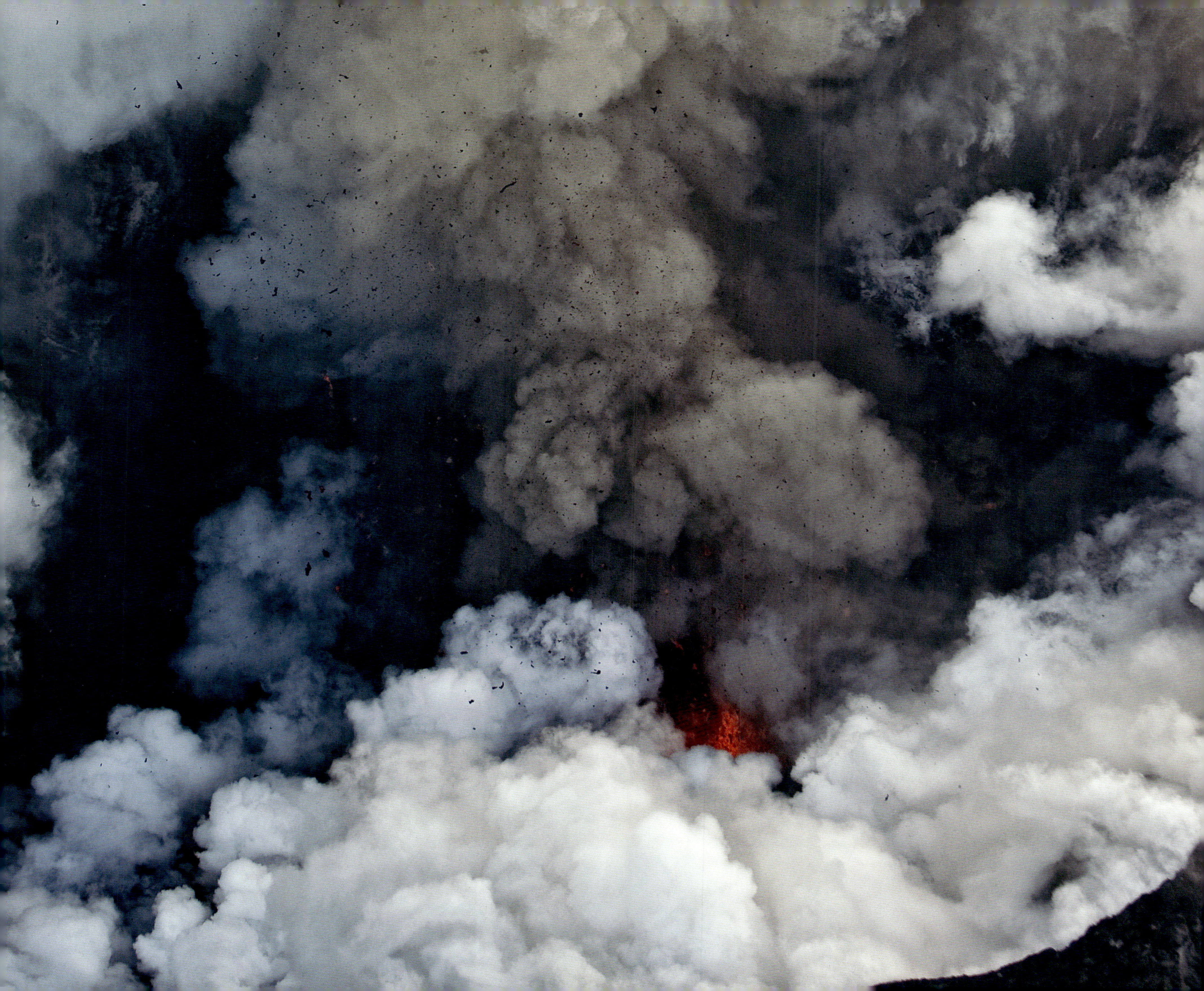

Mest af gjósku úr Eyjafjallajökli hefur fallið á miðhluta Suðurlands. Hún er þykk á Fimmvörðuhálsi og sums staðar á jöklinum og undirfjöllum hans, en mun þynnri í byggð. Svona leit hájökullinn út þann 21. apríl.

Most of the Eyjafjallajökull tephra has fallen on central parts of Southern Iceland. The deposits are thick at Fimmvörðuháls Ridge and on the flanks of the volcano but thinner in the lowlands. This is how the summit of Eyjafjallajökull looked on April 21st.

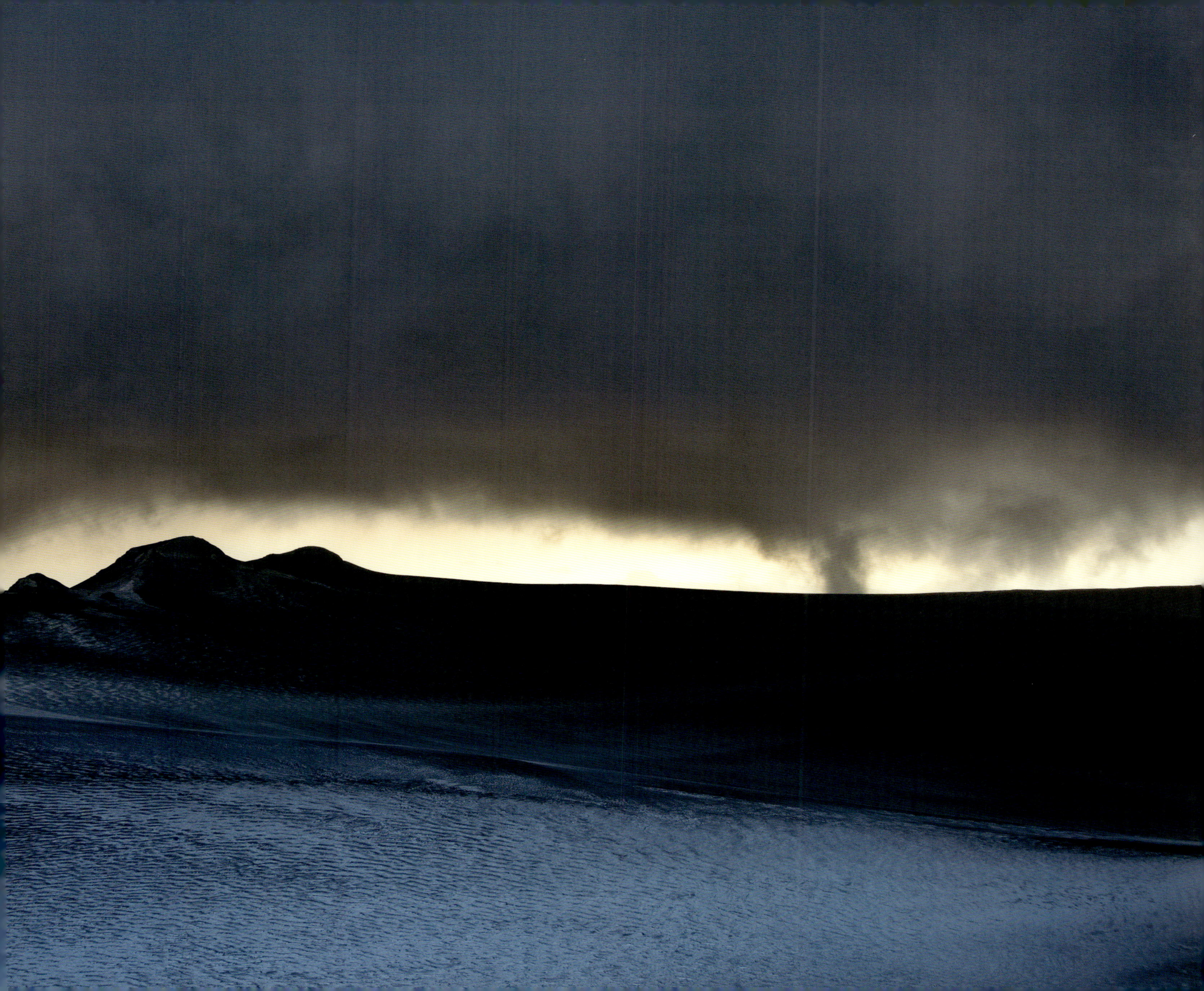

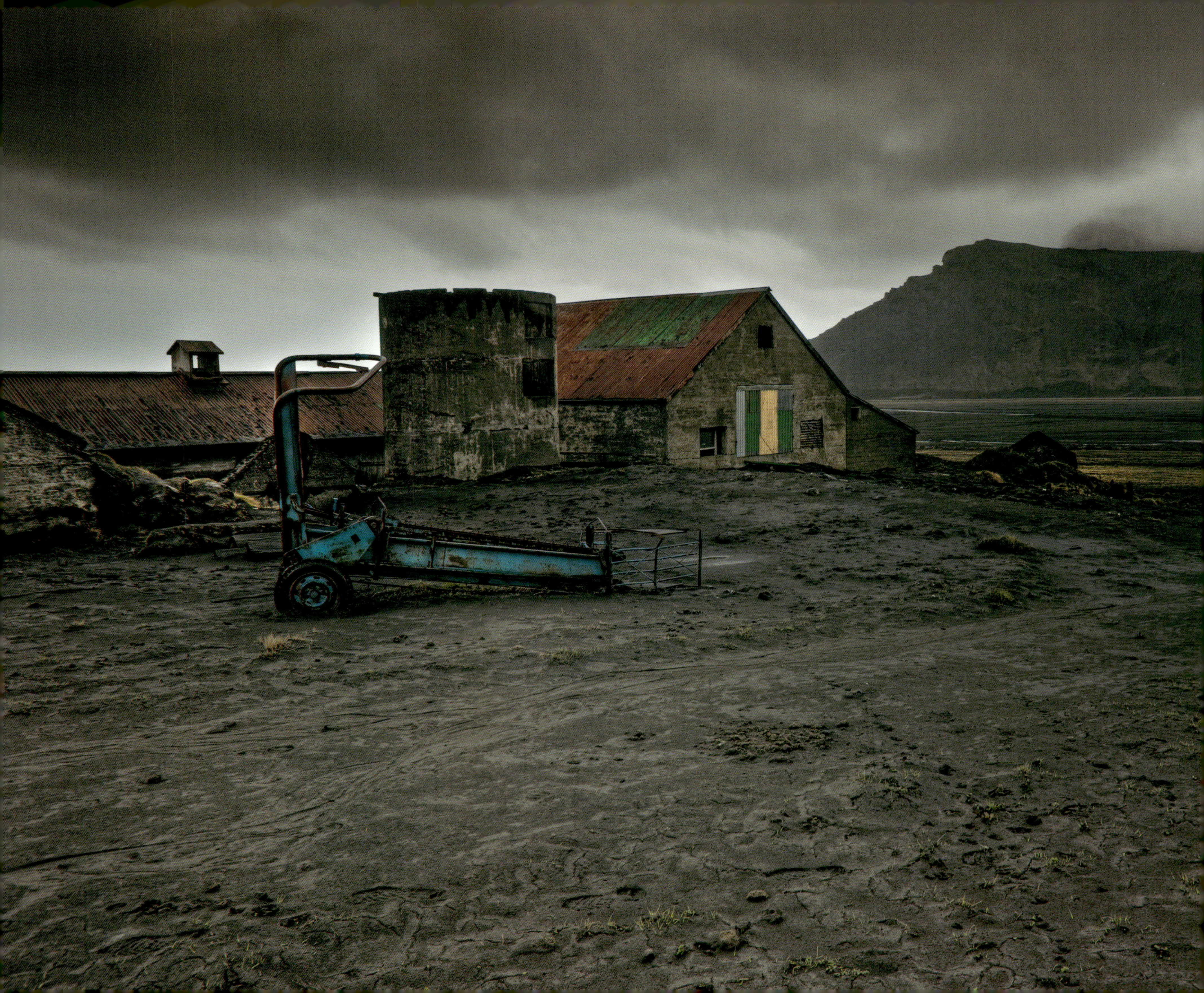

Hópur bænda hefur þurft að vinna hörðum höndum, margir með aðstoð sjálfboðaliða, við að hreinsa ösku af jörðum sínum og sinna húsdýrum. Fjölmargir aðrir hafa haft ama af gjóskunni.

A number of farmers have had to battle with the ash falling on their land, frequently with assistance from volunteers. Many have successfully cleared parts of their property, thus keeping the livestock safe, but many more have had problems dealing with the tephra.

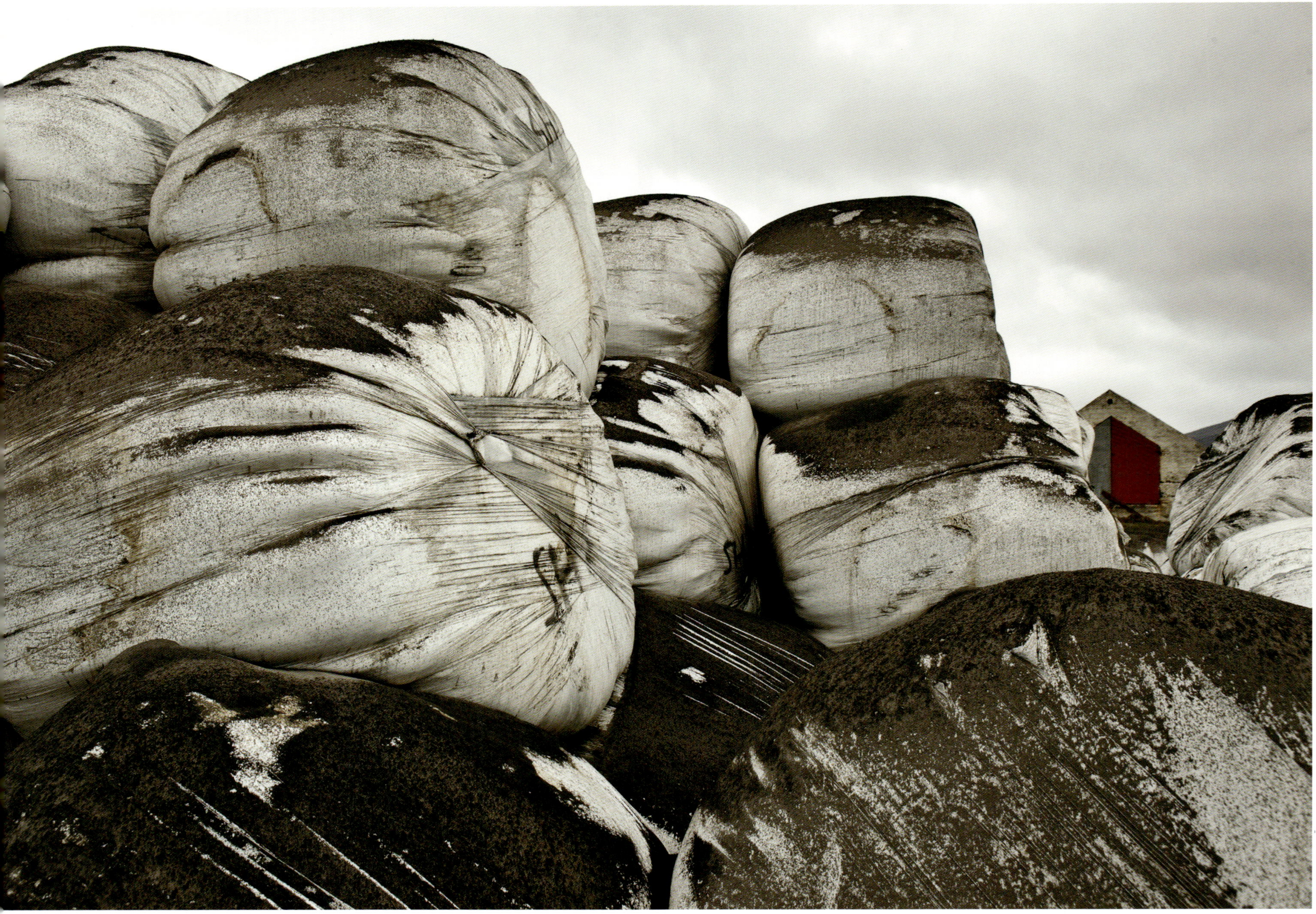

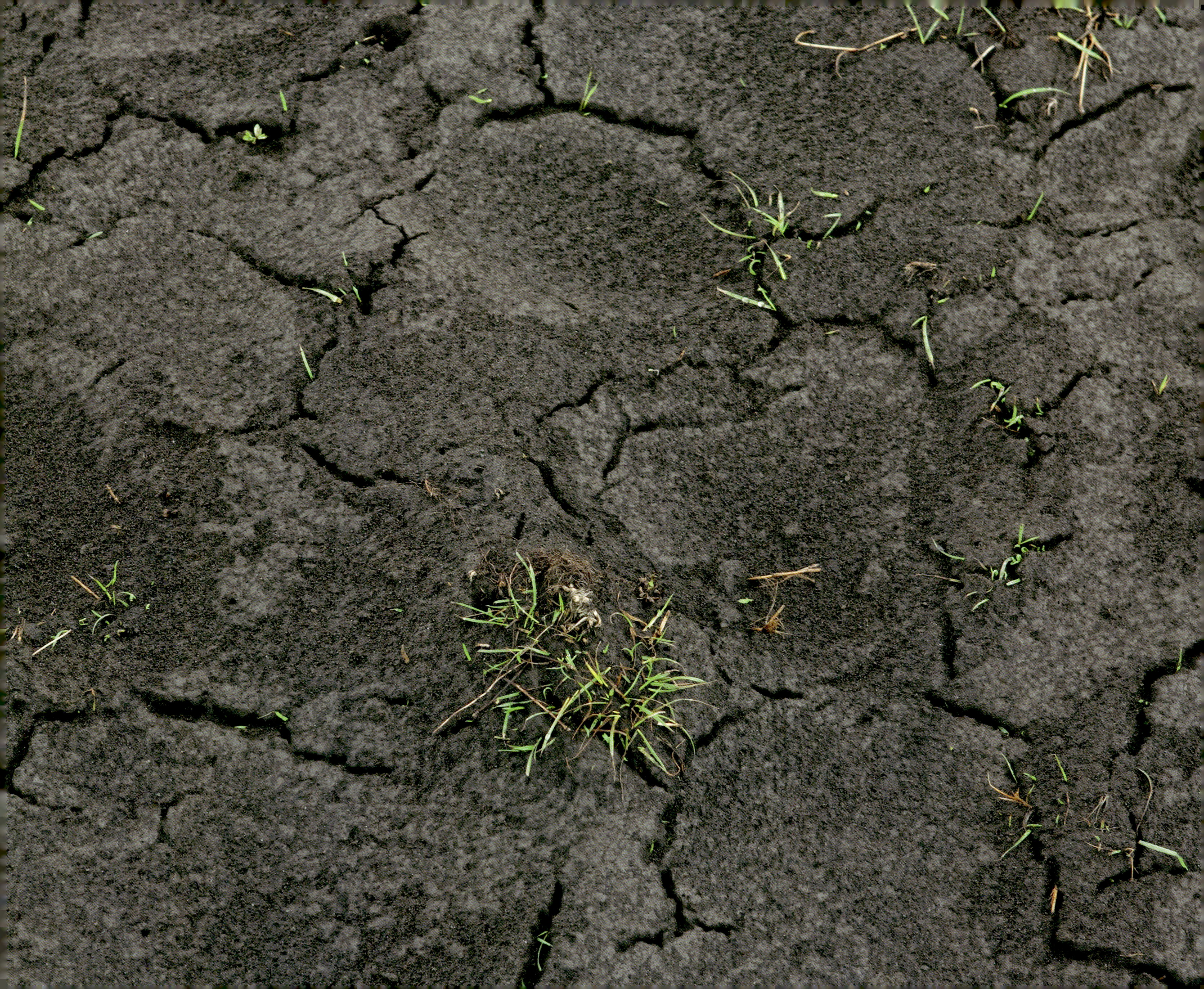

Bærinn að Þorvaldseyri. Myndin til vinstri sýnir bæinn að aflokinni gjóskuhrinunni 17. apríl, en hin myndin hve vel gróðurinn hefur tekið við sér snemma í maí. Eftir það féll aftur aska á Þorvaldseyri.
The Þorvaldseyri farm. The photo at left shows the farm after the tephra-fall on April 17th, while the photo at right reveals how well the vegetation had recovered by early May. Ash has, however, fallen at the farm since then.

EYJAFJALLAJÖKULL – Untamed Nature | 91

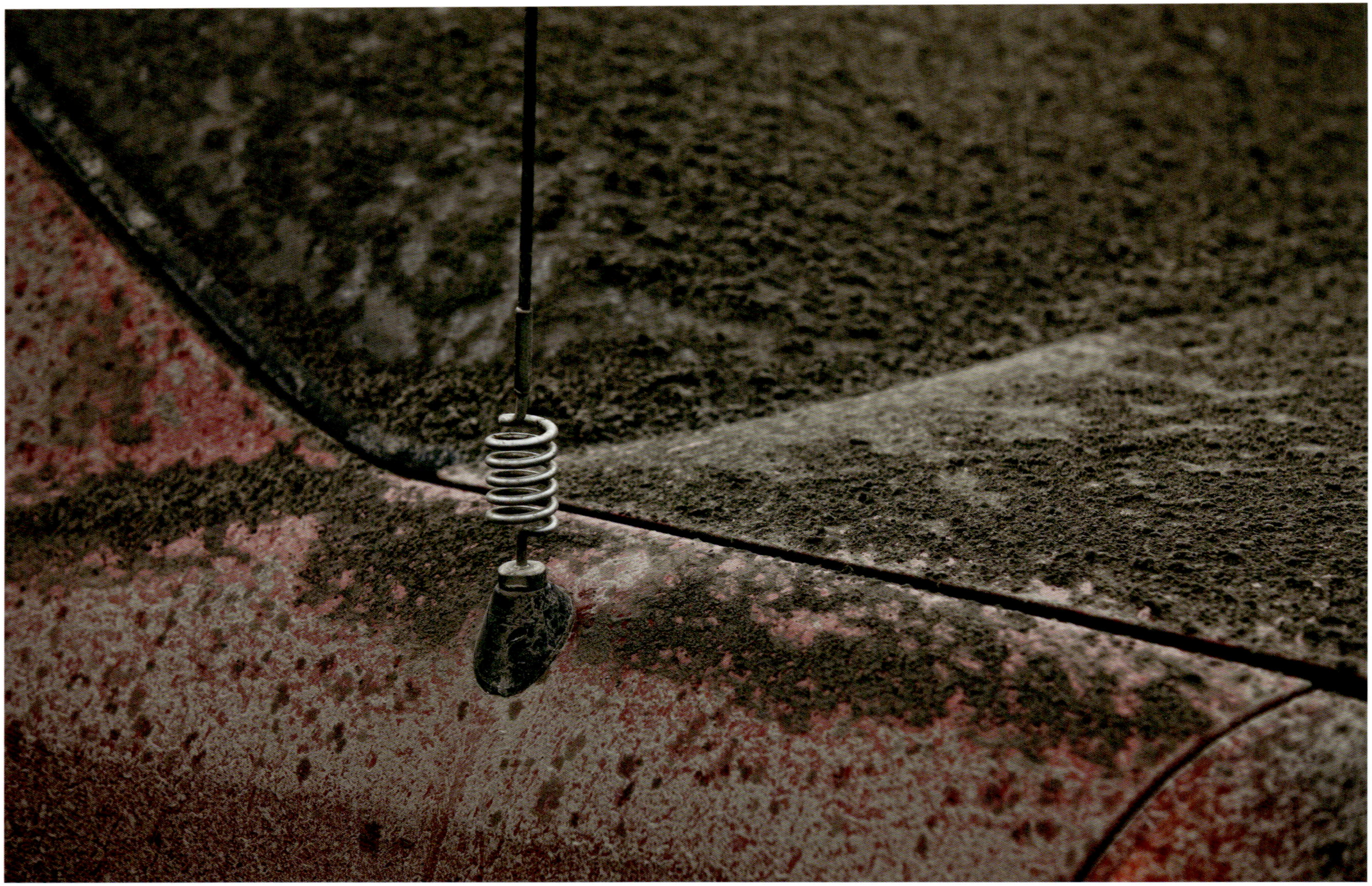

Loksins, út úr einkennilegu mistrinu. | Out of the eerie mist at last.

Lífið lætur seint undan. | Life goes on.

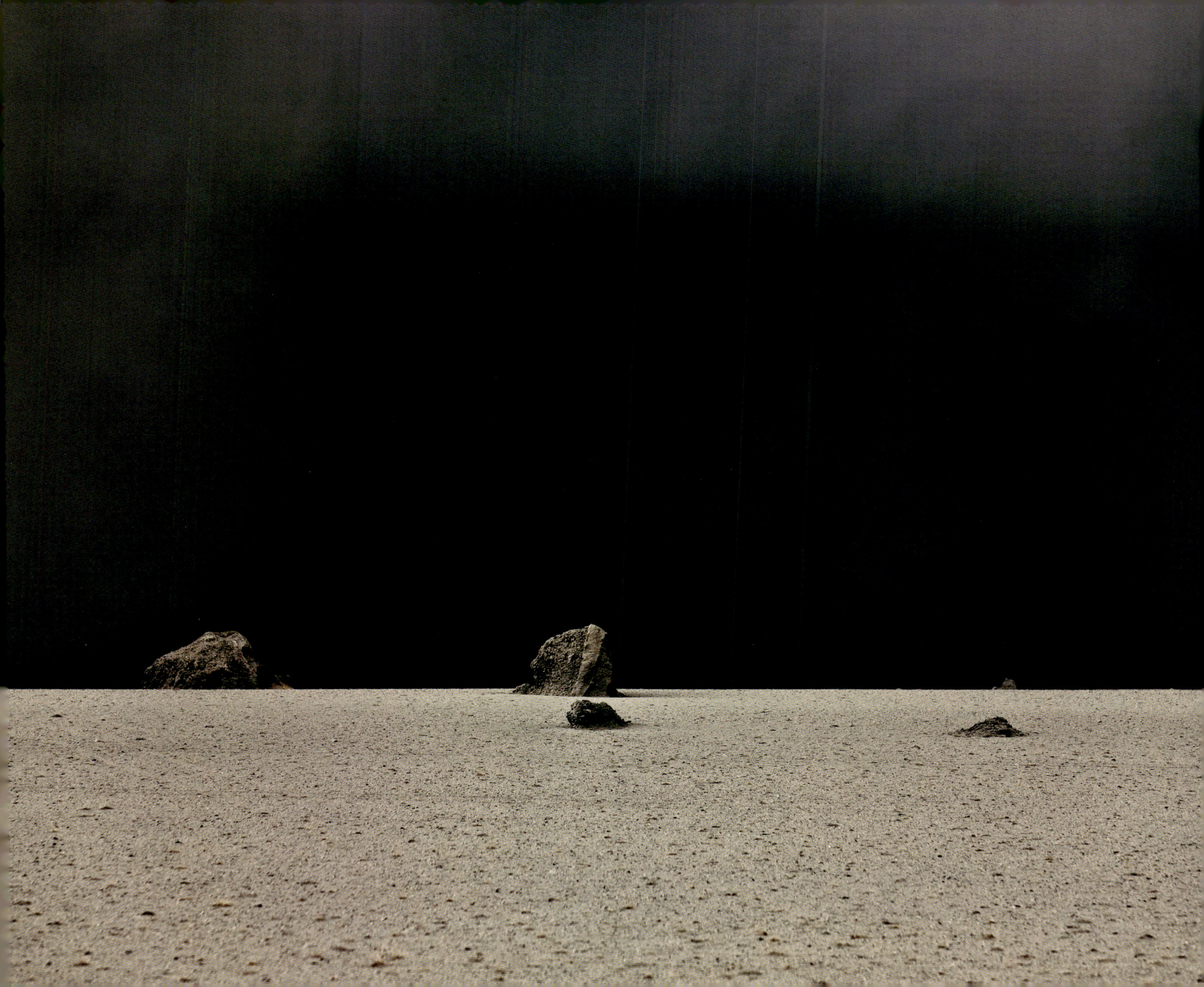

Sprungugosið mikla sem myndaði Eldgjá (líklega 934) skildi eftir sig tilkomumiklar menjar sem hér sjást teygja sig í átt að megineldstöðinni, Kötlu, er lúrir undir hveljöklinum í fjarska.

The massive fissure eruption that formed Eldgjá c. 934 AD left a deep scar in the earth's crust, as seen here. The Katla central volcano looms in the distance underneath the thick ice cap.

KATLA BÍÐUR SÍNS TÍMA

Kötlukerfið er eitt af virkustu og framleiðnustu eldstöðvakerfum landsins. Það er 90 km langt og 5-30 km breitt. Um 100 ferkílómetra askja er í megineldstöðinni Kötlu en undir henni hefur fundist kvikuhólf á 3-5 kílómetra dýpi. Líklega er önnur virknimiðja undir Mýrdalsjökli, í Goðabungu. Mýrdalsjökullinn (1510 m hár) þekur eldfjallið að mestu, ef frá eru taldar undirhlíðar fjalllendisins og nokkrir smátindar á öskjubarminum. Flatarmál hveljökulsins er 560 ferkílómetrar og er hann allt að 700 m þykkur. Hamfaragos með miklu gjóskuflóði varð í eldstöðinni fyrir um 12.000 árum og hefur hluti öskjusigsins þá orðið til. Þekktar eru um 100 goseiningar í Kötlukerfinu, yngri en 10.000 ára, og þar hafa orðið ein 20 eldgos á umliðnum 1.100 árum, það síðasta af þeim stærri árið 1918. Þá náði jökulhlaupið áætluðu hámarksrennsli sem talið er að hafi numið um 200.000 rúmmetrum á sekúndu. Aurblandaður flaumurinn bar mikið af gjósku og sandi, auk ísjaka, yfir Mýrdalssand, allt til sjávar. Nálægt árinu 930 (líklega 934) varð gríðarmikill jarðeldur uppi í Eldgjá, bæði utan jökuls og innan. Hraunflæmið hlóðst upp í suðri (18,0 rúmkílómetrar og 780 ferkílómetrar) og mikil gjóska barst vítt og breitt (1,4 rúmkílómetrar). Katla hefur nú titrað og hitnað í meira en áratug og um leið hefur orðið vart við að land lyftist í eldstöðinni. Talsvert hefur dregið úr virkninni undanfarin ár og engrar jarðskjálftavirkni orðið vart undir eldfjallinu á meðan á eldgosinu í Eyjafjallajökli hefur staðið. Á ritunartíma bókarinnar benti ekkert til þess að systureldfjall Eyjafjallajökuls væri að komast í gosham.

THE LOOMING KATLA

The Katla Volcanic System is one of the most active and productive in Iceland. Its length is about 90 km and its width 5-30 km. The Katla central volcano has a 100-square-kilometre caldera above a magma chamber at 3-5 km depth and possibly a secondary active centre at Goðabunga. The Mýrdalsjökull Ice Cap, 1,510 m high, covers most of Katla except for the lower reaches of the mountain massif and a few small peaks on the caldera rim. The glacier measures 560 square kilometres and is up to 700 m thick. A catastrophic tephra flow eruption occurred about 12,000 years ago, when part of the caldera may have formed. Remains of at least 100 volcanic events younger than 10,000 years relate to the Katla Volcanic System and 20 eruptions have occurred there over the past 1,100 years, the last major one being in 1918. The resulting meltwater flash flood discharged at least 200,000 cubic metres per second of muddy water, carrying large amounts of debris and icebergs across Mýrdalssandur in the south. The huge Eldgjá eruption, outside and in the ice cap, occurred around 930. It let off an enormous lava flow to the south (18.0 cubic kilometres and 780 square kilometres), as well as a great mass tephra (1.4 cubic kilometres). Katla has been trembling and heating up for more than a decade, and swelling has been recorded for some time as well. Recently, however, this activity has died down, and there has been practically no seismic activity underneath the volcano since Eyjafjallajökull has erupted. At the time of writing, there are no visible signs of upcoming volcanic activity in Eyjafjallajökull's sister volcano.

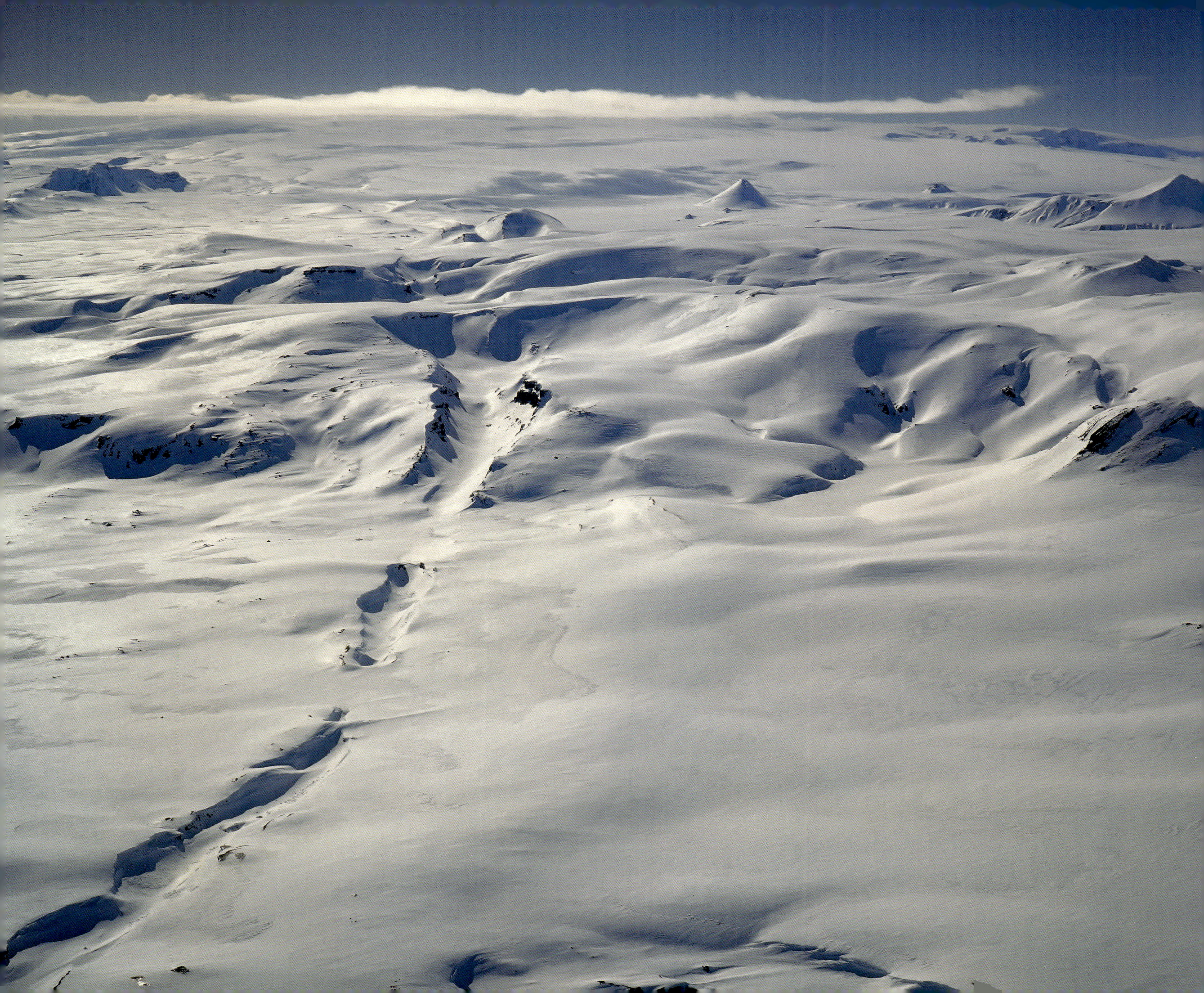

KÖTLUGOS Á SÖGULEGUM TÍMA

Kötlugos eru ösku- og vikurgos, að því best er vitað, og þá einmitt vegna mikilla átaka vatns og kviku. Eldsumbrot voru þar á 9. öld, aftur 920, síðan um 930 (líklega 934) og loks á 11. öld. Eftir það hefur Katla gosið einu sinni til tvisvar á öld frá 1179 að telja til 1860, alls 16 sinnum. Öflugasta og lengsta eldgosið er ársett 1755 en gosið 1860 var lítið. Umbrotin 1918 má flokka sem mikil, en auk þess kunna lítil eldgos að hafa orðið 1955 og 1999 en án þess að ná upp úr jöklinum. Dæmigert Kötlugos skilar af sér 500 til 1000 milljón rúmmetrum af gjósku (0,5-1,0 rúmkílómetrum) eða 5-10 sinnum meiru en upp kom á fyrstu og órólegustu dögunum í gjóskugosinu hæst í Eyjafjallajökli. Raunar er mikið af Kötlugjóskunni mun grófari en en sú nýja úr Eyjafjallajökli. Menn hafa verulegar áhyggjur af mögulegu Kötlugosi og sannarlega einnig af tilheyrandi jökulhlaupi. Búið er að hanna og gefa út rýmingaráætlanir til að nota á mun stærra svæði en síðast var rýmt, hefjist eldgos í Kötlu. Slíkum umbrotum munu líklega fylgja gróðurskemmdir, landskemmdir aðrar, vegaskemmdir og jafnvel víðtækar truflanir á flugsamgöngum.

ERUPTIONS OF KATLA IN HISTORIC TIMES

Ample contact between magma and water under the glacier means that Katla events are ash and pumice eruptions. The first Katla eruptions in historic times are those that took place in the 9th century, 920, c. 930 (probably 934) and the 11th century. Katla erupted once or twice each century from 1179 to 1860 – 16 eruptions in total. The largest eruption during this period was in 1755, while the one in 1860 was small. The 1918 event is ranked among the larger eruptions; minor subglacial eruptions may have occurred in 1955 and 1999. A typical Katla eruption produces 500-1,000 million cubic metres of tephra (0.5-1.0 cubic kilometres) or about 5-10 times more than during the first phase of the Eyjafjallajökull tephra eruption. However, most of the Katla tephra is usually more coarse-grained than the new Eyjafjallajökull tephra. Icelanders are aware of hazards due to a possible eruption and the resulting meltwater flood, and evacuation plans exist for the areas at risk in the event of a Katla eruption. Damage to vegetation and farmland and air traffic problems may follow a Katla eruption.

Systurnar svolítið líkar. Hnyklóttir gjósku- og gufumekkir úr Eyjafjallajökli 2010 og Kötlu 1918 (síðla í gosinu) eru svipaðir að sjá.

A family resemblance? Billowing clouds of steam and tephra from Eyjafjallajökull 2010 and Katla 1918.

Kötlugosið 1918 hófst 12. október og stóð í 24 daga eftir mjög kröftugt upphaf. Gosstöðvarnar voru að suðaustanverðu í öskjunni. Hlaupið braust, eins og oftast áður, undan Kötlujökli og náði til sjávar þegar á fyrsta degi gossins. Hámarksrennslið var a.m.k. 100 sinnum meira en hlaupið úr Eyjafjallajökli 2010.

The Katla eruption of 1918 began on October 12th and lasted for 24 days. The eruption site was in the southeastern part of the caldera. The resulting flash meltwater flood from the Kötlujökull outlet glacier reached the sea within the first day of the eruption. Its peak discharge was 100 times that of the flood from Eyjafjallajökull 2010.

Jakar á Mýrdalssandi eftir Kötluhlaupið 1918.

Stranded icebergs after the meltwater flood from Katla 1918.

Heiti Kötlu er komið úr þjóðsögu um fjölkunnuga kerlingu, Kötlu, sem drekkti dreng og flýði til jökulsins, um leið og hún formælti héruðunum í kring.

The name Katla is drawn from an Icelandic folktale: she is a witch who drowned a boy and fled to the glacier, cursing the region as she ran.

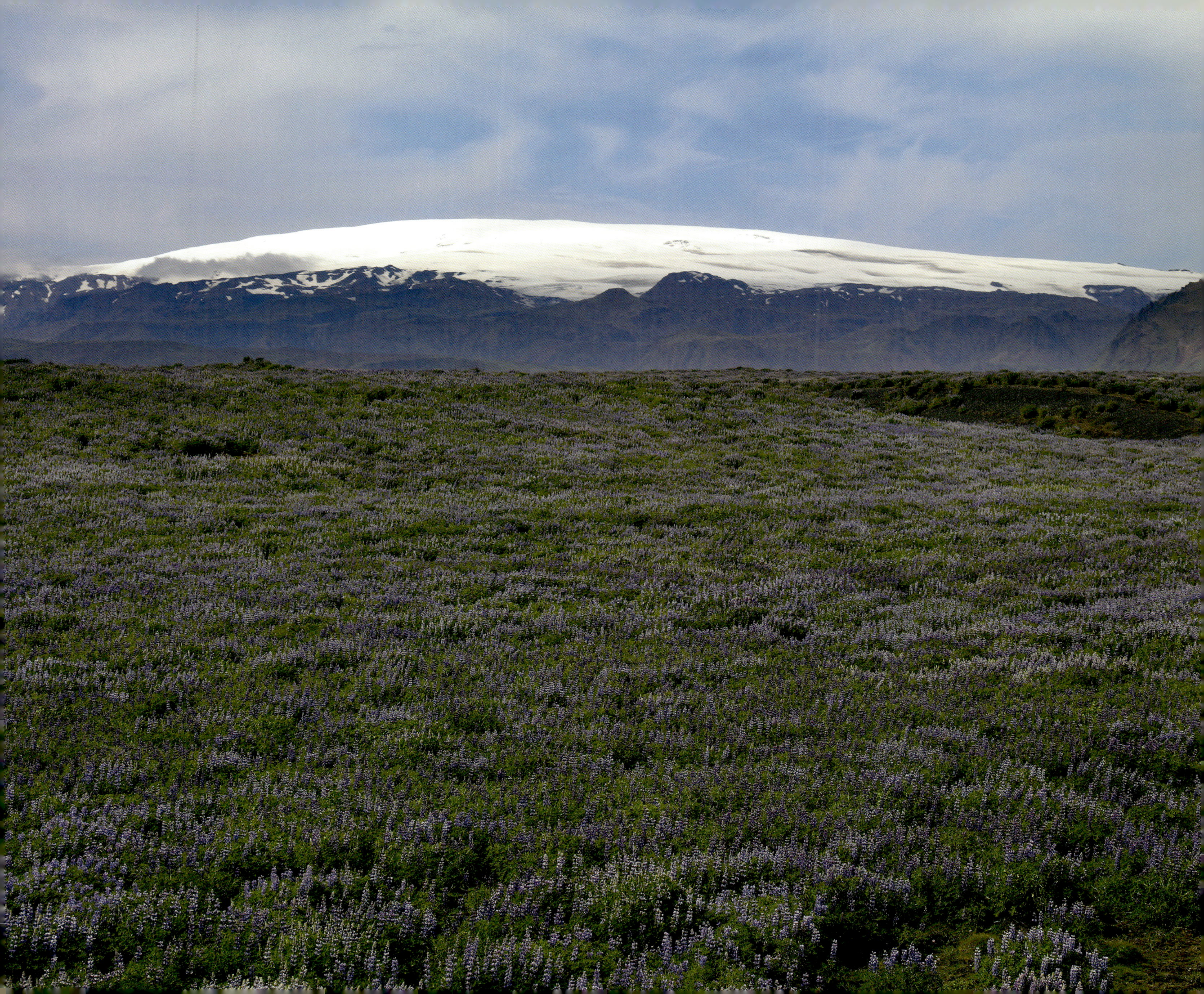

STÓRT, LÍTIÐ, NÁLÆGT EÐA FJARRI

Rúmmál gosefna í eldgosi er gefið upp í rúmmetrum eða rúmkílómetrum. Einn rúmkílómetri er jafn mikið og einn milljarður rúmmetra. Það rúmmál hrauns vegur um 2,5 milljarða tonna en ef um er að ræða gjósku er þyngdin 0,5-1,5 milljarður tonna. Mjög stórt gos, sem aðallega er hraungos eins og í Skaftáreldum 1783, skilar til umhverfisins 12-15 rúmkílómetrum. Svo dæmi sé tekið dygði það til að þekja allt landið með 10 cm þykku hraunlagi. Mjög stórt gjóskugos í Heklu, Öskju eða Öræfajökli getur framleitt nokkra rúmkílómetra af gosefnum. Mjög stór eða öflug eldgos verða hér 2-4 sinnum á árþúsundi. Stór hraungos eins og í Surtsey eða stór blandgos eins og í Heklu 1947 framleiða um einn rúmkílómetra af gosefnum. Mun minni gos valda helst tjóni ef þau koma upp á mjög óheppilegum stað, líkt og í Heimaey 1973. Gossprungan opnaðist þá aðeins 400 m frá húsum í bænum og við goslok voru um 40% húsa þar horfin undir gjósku eða hraun. Sums staðar, t.d. á Snæfellsnesi, Reykjanesskaga og nálægt Öræfajökli eða Mývatni, gætu eldsumbrot af svipaðri stærðargráðu valdið mjög miklum vandræðum. En þegar allt kemur til alls eru flest eldgos á Íslandi lítil eða meðalstór, þ.e. í þeim kemur upp minna en hálfur rúmkílómetri gosefna og mörg verða þau á afskekktum landsvæðum. Sé horft til þessa má fullyrða að gosin séu ekki hættuleg. Sönnunin fæst með því að líta yfir eldgosasöguna síðan 1947. Ekkert eldgosa þessara sex áratuga hefur haft alvarlegar afleiðingar í för með sér, að Heimaeyjargosinu og hlaupinu sem fylgdi Gjálpargosinu 1996 undanskildum. Eyjafjallajökulsgosið er það fyrsta á þessu tímabili sem veldur verulega truflandi gjóskufalli. Ekki verður komist hjá því að allir sem lifa og starfa í landi með jafn virkum og mörgum eldstöðvum og hér eru búi sig undir alvarleg eldsumbrot, jafnvel með miklum náttúruhamförum, sem valdið geta gríðarlegu tjóni.

LARGE OR SMALL, NEAR OR FAR

The volume of volcanic products (tephra and lava) emitted by a volcano is measured in cubic metres or kilometres. One cubic kilometre is equivalent to 1 billion cubic metres: about 2.5 million tons of lava or 0.5 to 1.5 billion tons of tephra. A very large lava eruption, such as the Laki eruption in 1783, gives off 12-15 cubic kilometres of lava, which would easily be enough to cover all of Iceland in a 10-cm layer of lava. A major tephra eruption at Hekla, Askja or Öræfajökull may produce a few cubic kilometres. Such eruptions take place at least 2-4 times every millennium. Large lava eruptions like the Surtsey eruption and large mixed eruptions like in Hekla in 1947 let off about 1 cubic kilometre. Smaller eruptions pose a serious problem only when located at an awkward site, like the fissure that dissected Heimaey in 1973. Originating a mere 400 m east of the town in the Westman Islands, the eruption destroyed about 40% of the town. On the peninsulas of Snæfellsnes and Reykjanesskagi or near Öræfajökull and at Lake Mývatn, similar events might cause havoc. Most eruptions in Iceland, however, are small or medium-sized, producing less than 0.5 cubic kilometre of eruptives, and many of them occur in remote areas. As Iceland's volcanic history after 1947 demonstrates, such eruptions are rather innocuous. Apart from the Heimaey eruption and the Gjálp eruption in 1996, none of the numerous eruptions over these more than six decades has had dire consequences or seriously disturbed people. The Eyjafjallajökull eruption is the first to cause a sizeable ashfall. All the same, a country with as many active volcanoes as Iceland must be prepared for serious or even catastrophic eruptions that may cause great problems.

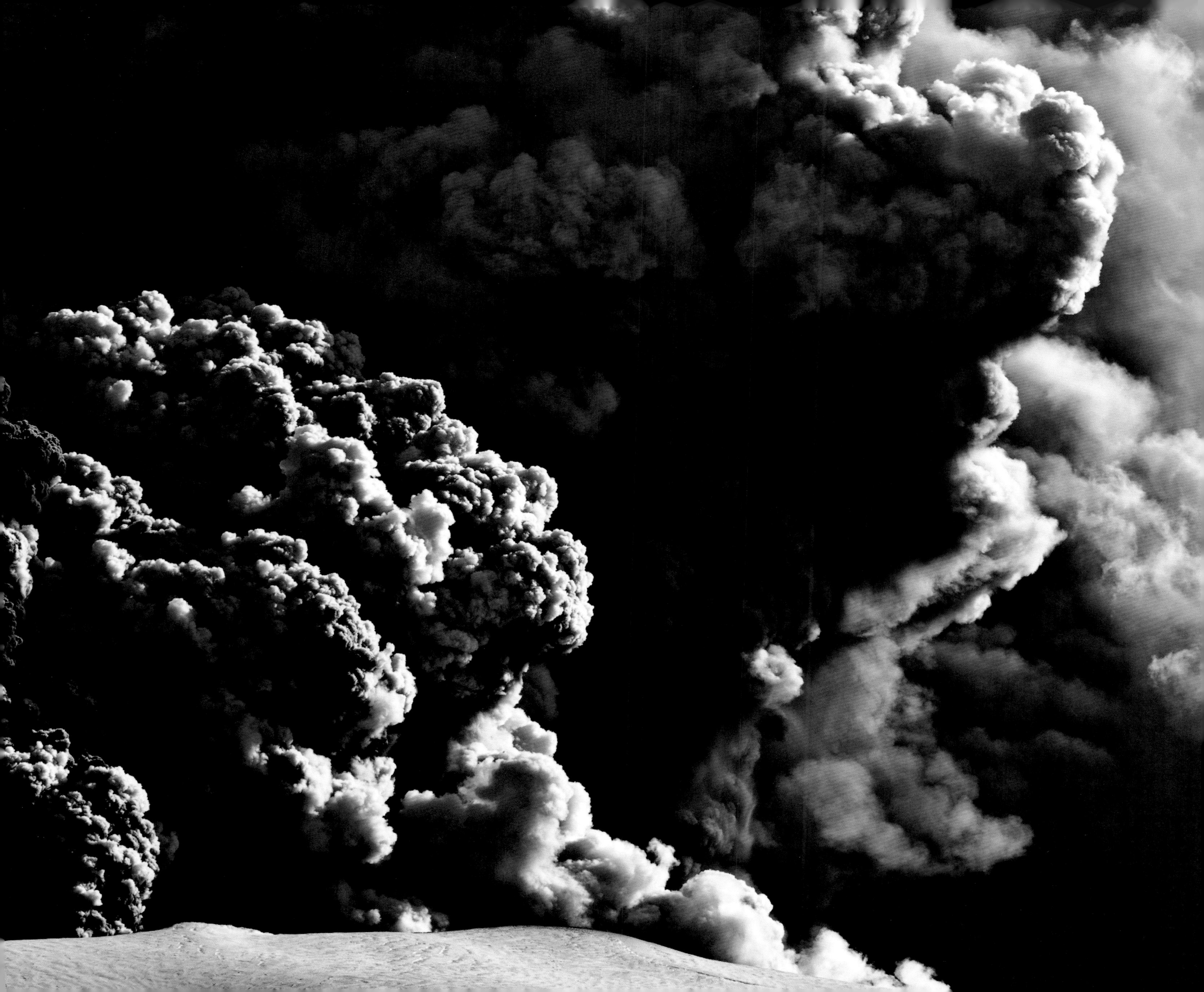

JARÐELDUR GETUR BREYTT VEÐURFARI

Löngu er vitað um neikvæð áhrif öflugra eldgosa á veðurfar og lífríkið. Mikið af fíngerðu öskuryki í efstu lögum andrúmsloftsins girðir fyrir inngeislun sólar að hluta. En fleira kemur til. Úðaský úr sýrum sem myndast þegar eldfjallagös sameinast vatnsgufu í loftinu og leggjast yfir höf og lönd í langan tíma, jafnvel lengur en rykið, ýta enn frekar undir kæliáhrifin. Lofttegundirnar og súrt regn getur eitrað grundir og vatn og haft alvarleg áhrif á jurta- og dýraríkið. Áralangt kuldakast og slík mengun minnka eða eyða uppskeru og framleiðni í landbúnaði skerðist. Veruleg og neikvæð áhrif verða um leið á flugumferð. Ef horft er til Íslands undanfarnar fáeinar aldir sker Lakagígagosið 1783-4 sig úr hvað þetta varðar. Talið er að allt að 20% þjóðarinnar hafi látist vegna margvíslegra áhrifa umbrotanna, og enn fremur allt að helmingur búfénaðarins, á næstu tveimur til þremur árum á eftir. Tímabilið er nefnt Móðuharðindin. Veðurfarsbreytinga varð vart, t.d. á Englandi, í Frakklandi, Kína og Bandaríkjunum. Eldgosið í Eyjafjallajökli og eldgos í Kötlu, eða eldstöðvakerfi hennar, á sögulegum tíma (að Eldgjárgosinu 934 slepptu) hafa ekki getað haft slík áhrif því hvorki afl né magn gosefna teljast nægileg.

ERUPTIONS CAN AFFECT THE CLIMATE

The negative effects of large eruptions on the climate and the biosphere are common knowledge. Not only does the dust in the highest layers of the atmosphere reduce solar radiation, acid droplets made of the volcanic gasses also continue to float as aerosols in the air for even a longer time than the dust, further strengthening the cooling shield effect. The gasses and acid rain may also poison vegetation and groundwater and thus affect both plant and animal life. The result for local farmers: ruined crops and lower agricultural productivity. The most widespread effects of volcanism in the last few centuries in Iceland were those seen in the Laki eruption of 1783. It is estimated that 20% of the Icelandic population and about 50% of the domestic animals perished over the following 2-3 years. The climatic effects were noted in England, France, China and the United States, to name some examples. The Eyjafjallajökull eruption and eruptions of Katla in historic times (apart from the Eldgjá event), have not had such consequences, as they are neither productive nor powerful enough.

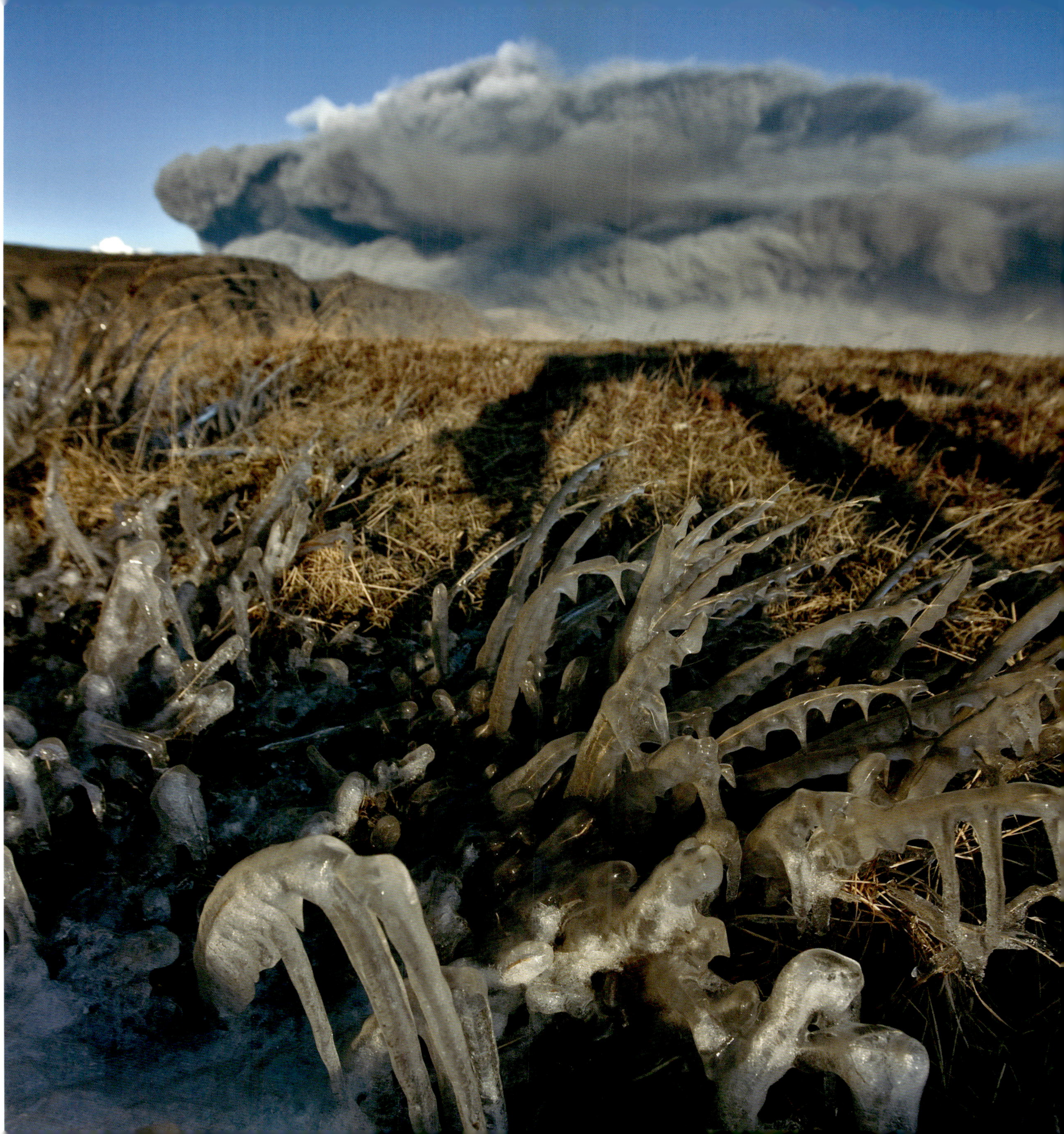

ELDGOS OG FÓLK

Horfa má til jarðhitans ef benda skal á jákvæðar afleiðingar eldvirkni í landinu. Hann eru að sjálfsögðu bæði fjárhagslega hagfelldur og afar mengunarlítill þegar að heildinni er gætt og hafa Íslendingar áratuga reynslu af beislun og notkun hans. Námagröftur í gosbergi og tekjur af ferðamennsku eru meðal annarra jákvæðra áhrifa jarðeldsins. En svo er hin hlið eldgosa líka augljós. Efnahagslegt tjón, tjón á ræktar- og beitilandi, öðru gróðurlendi og jafnvel manntjón; mörg dæmi eru um allt þetta í íslenskri sögu, en þó að litlu leyti undanfarið. Að öllu þessu sögðu er þó ekki unnt að segja að almenningur í landinu sé mjög upptekinn af náttúruvánni þegar til langs tíma er litið. Í fyrsta lagi býr stærstur hluti íbúanna ekki við beina og nálæga hættu af eldsumbrotum. Flestar byggðir eru langt frá eldvirku svæðunum eða allnokkru utan við þau. Enginn maður lést af völdum eldgoss á 19. öld en tveir menn á 20. öld og voru þeir báðir við störf nálægt eldstöð. Flest fólk sem býr á eldvirkum svæðum eða við eldfjöll hefur tekið upp yfirvegaða rósemi frammi fyrir vá af völdum eldvirkni. Í annan stað líður svo langt á milli alvarlegra gosatburða að líta má á eldstöðvar sem sjaldgæfa vandræðagripi. Í þriðja lagi má gera ráð fyrir því að merki um yfirvofandi eldgos sjáist alla jafna nýtanlegum tíma áður en þau hefjast. Ferðamenn hafa aldrei lent í umtalsverðum vandræðum vegna eldsumbrota og áhrif gosa á ferðaþjónustu hafa yfirleitt verið jákvæð þar til núna, án þess þó að afleiðingarnar í þeim geira séu fram komnar, nema að litlu leyti. Full ástæða er til að að brýna fyrir þeim er fara á eldgosaslóðir að kynna sér umgengnisreglur á slíkum stöðum (sjá Símaskrá eða vefsíðurnar www.almannavarnir.is og www.vedur.is) og fara eftir þeim tilmælum, boðum eða bönnum sem yfirvöld setja fram.

DO PEOPLE AND VOLCANOES MIX?

Geothermal energy is one of the by-products of volcanism in Iceland. This economical and very clean energy has been utilised for decades. The mining of rocks and pumice and income from tourists interested in nature are among other positive impacts of the "earthly fires". Volcanic hazards are well known to the people of Iceland, however: material losses, loss of fertile land and even loss of life. Icelandic history provides numerous examples of the negative impact of volcanism. Having said this, few volcanic events have left any significant mark on Iceland's population and volcanism presents no great risk to the general public. Firstly, most communities lie well outside of the main volcanic areas. In the 19th century, no fatalities due to volcanic hazards were recorded. In the 20th century, two such fatal incidents occurred. In both cases, the people involved were working close to the erupting volcano. In volcanic areas, people have developed a stoic attitude towards the "fire below". Secondly, because the really serious volcanic events occur with very long intervals, people tend to regard volcanoes as natural neighbours, rarely breeding trouble. Thirdly, volcanoes rarely erupt without advance warning. Tourists have never been hurt or killed in a volcanic eruption in Iceland, and tourism has not suffered because of such events in the past. In fact, volcanic activity has long encouraged travellers to make their way to Iceland. Most tourist destinations are at a safe distance from potentially dangerous volcanoes. Like Italy and Hawaii, Iceland is a safe destination despite its volcanism. Indeed, volcanic eruptions in the 20th century were predominantly tourist attractions.

EYJAFJALLAJÖKULL – Untamed Nature | 107

Gjóskumagnið í gosinu í Eyjafjallajökli hefur verið metið að nýju. Miðað við 14. maí er magn lausra gosefna um 250 milljónir rúmmetra (0,25 rúmkílómetrar). Ekki hefur komið meiri gjóska upp í einu gosi á Íslandi síðan í Kötlugosinu 1918. Gosefni Heklu 1947 voru 0,8 rúmkílómetrar hrauns og 0,2 rúmkílómetrar gjósku.

The amount of erupted material from Eyjafjallajökull has been re-estimated. On May 14th the total volume of loose eruptives was 250 million cubic metres (0.25 cubic kilometres). Not since Katla erupted in 1918 has a volcanic eruption in Iceland produced so much tephra. The eruption of Hekla in 1947 produced 0.8 cubic kilometres of lava and 0.2 cubic kilometres of tephra.

ELDGOS OG VÍSINDI

Íslenskir jarðvísindamenn og aðrir sérfræðingar og tæknifólk hafa þróað vöktunarkerfi fyrir eldvirku svæðin og ýmsar aðferðir til að spá eldgosum og gefa út viðvaranir. Nýjar tækniaðferðir við massagreiningar (efnagreiningar) og greiningar lofttegunda, steintegunda (steinda) og bergtegunda skerpa skilninginn á eðli, uppruna og hegðun kviku. Betri ratsjártækni, bættar aðferðir við skjálftavöktun, ásamt leiðum til að greina landslag undir jöklum, kanna þyngdarsvið, jarðsegulsvið og leiðni eru meðal framfaranna sem hafa aukið mönnum skilning á mörgum þáttum eldvirkni. Stórt mælanet hefur verið stofnsett á allmörgum árum í fjölda eldstöðvakerfa. Þar eru jarðskjálftamælar og streitumælar, ásamt mælistöðvum sem byggja á GPS-tækni og gera sérfræðingum (og raunar almenningi líka, sjá www.vedur.is) kleift að fylgjast með gosóróa, landhæðarbreytingum og fleiru. Nú þegar hefur árangur náðst við að sjá aukna virkni í eldstöð fyrir og spá eldgosi. Þessar tækniframfarir og traust ráðgjöf sérfræðinga auðvelda Almannavarnardeild ríkislögreglustjóra að taka ákvarðanir um lokun hættusvæða, um rýmingu landsvæða og að marka leiðir til að draga úr tjóni. Þrjár stofnanir hafa myndað kjarnann í vísindastörfum á eldvirkum svæðum landsins: Veðurstofa Íslands (sá hluti sem kemur að jarðvísindum og vatna- og jöklafræði), Jarðvísindastofnun Háskóla Íslands og Norræna eldfjallasetrið (áður -stöðin). Þeim til viðbótar hafa Náttúrufræðistofnun Íslands, jarðvísindamenn við Orkustofnun (nú aðallega hjá Íslenskum orkurannsóknum) og einstaklingar á þessu sviði, bæði innlendir og erlendir, lagt til rannsóknir og þekkingu. Frekari framfarir munu verða á næstu áratugum við vöktun eldstöðva og eldgosaspár, á því leikur enginn vafi, enda ekki sæst á minna þegar staðið er frammi fyrir þessum stórbrotna og óhjávæmilega þætti íslenskrar náttúru.

VOLCANOES AND SCIENCE

Iceland's scientific community has developed volcano survey and prediction techniques and warning systems. New techniques in mass spectrometry and chemical analysis of gasses, minerals and rocks have been developed. Seismic monitoring, measurements of subglacial topography, gravity, geomagnetism, conductivity, radar topography and other special fields have greatly improved our understanding of volcanism. In addition to GPS-based measurement devices in many of the volcanic systems, a large network of seismographs and strain meters has been set up. Already there has been some success in forecasting increased volcanic activity and eruptions. Technical innovations and sound scientific advice enable Iceland's Civil Protection Department (www.almannavarnir.is) to evacuate people in danger areas and to work towards preventing or minimising material losses. Three institutions have formed the core of the scientific work in volcanic areas: The Geophysical Department of the Meteorological Office (www.vedur.is), the Geoscience Institute of the University of Iceland (www.jardvis.hi.is) and the Nordic Volcanological Institute (now the N.V. Center, www.norvol.hi.is). The Institute of Natural History, and geoscientists at what is now Iceland GeoSurvey have also contributed to the research, as have many independent scientists, both Icelandic and foreign. The next decades will certainly see further advances in monitoring volcanoes and forecasting eruption. When sharing a country with neighbours like Katla and Eyjafjallajökull, this is surely something worth striving for.

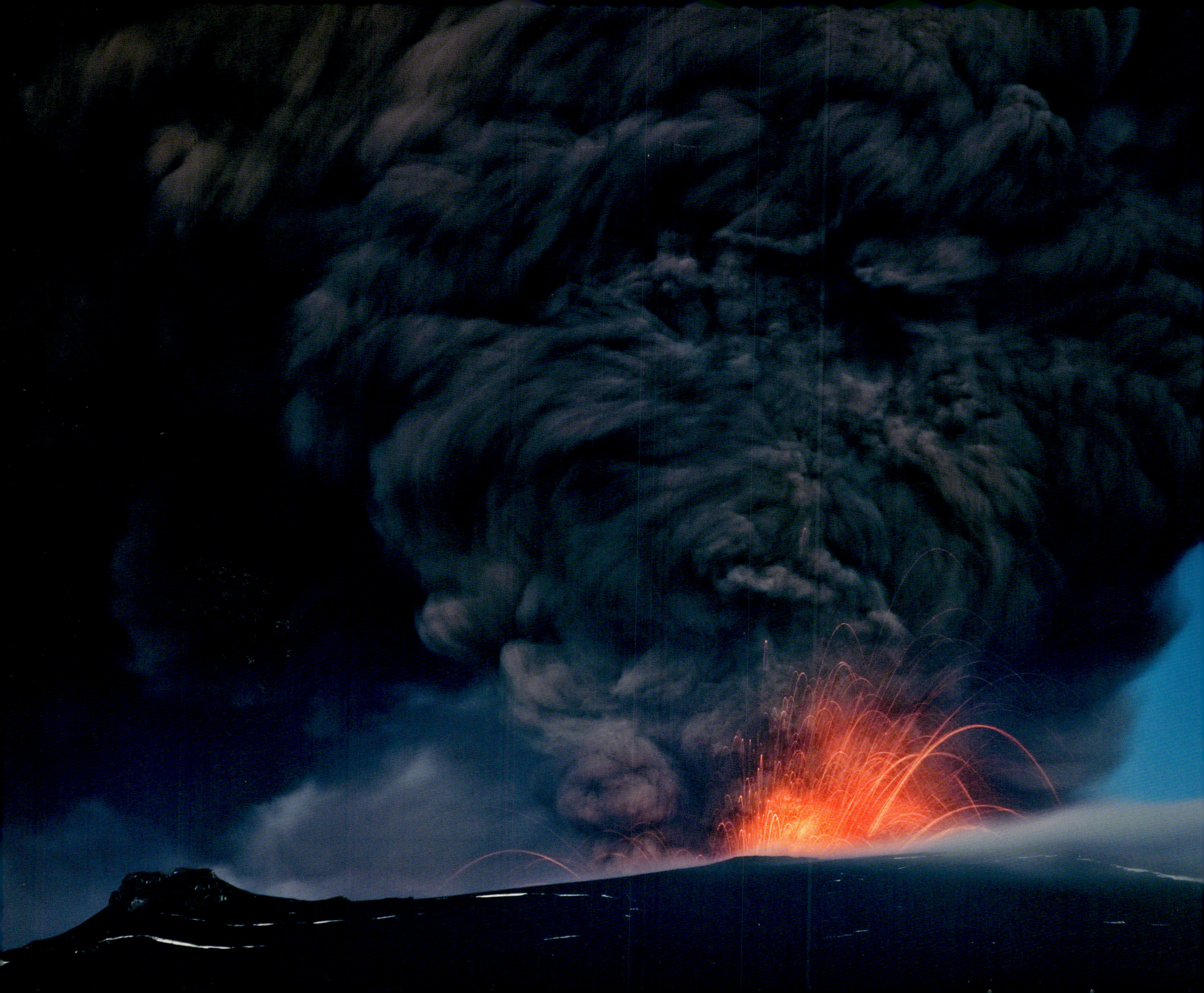

FYRIR ÞÁ SEM LEITA FREKARI UPPLÝSINGA OG EFNIS
FOR MORE ON ICELANDIC VOLCANOES

H. Björnsson, F. Pálsson & M. T. Guðmundsson 2000. Surface and bedrock topography of Mýrdalsjökull, Iceland: The Katla caldera, recent eruption sites and routes of jökulhlaup. Jökull 49: 29-46.

E. H. Einarsson, G. Larsen & S. Thórarinsson 1980. The Sólheimar tephra layer and the Katla eruption of 1357. Acta Naturalia Islandica 28: 1-24.

A. T. Guðmundsson 2001. Íslenskar eldstöðvar. Vaka-Helgafell, Reykjavík. 320 bls./p.

A. T. Guðmundsson 2002. Íslenskur jarðfræðilykill. Mál og menning, Reykjavík. 243 bls./p.

A. T. Guðmundsson 2005. Eldgos 1913-2004. Vaka-Helgafell, Reykjavík. 312 bls./p.

A. T. Guðmundsson 2007. Living Earth – Outline of the Geology of Iceland. Mál og menning, Reykjavík. 408 bls./p.

Ó. Guðmundsson, B. Brandsdóttir, W. Mencke & G. E. Sigvaldason 1994. The crustal magma chamber of the Katla Volcano, South Iceland, revealed by 2-D seismic undershooting. Geophysical Journal Int. 199: 277-296.

S. Hjaltadóttir, K. S. Vogfjörð & R. Slunga 2009. Seismic signs of magma pathways through the crust at Eyjafjallajökull volcano, South Iceland. Icelandic Meteorological Office report, VI 2009-013.

A. Hooper, R. Pedersen & F. Sigmundsson 2009. Constraints on magma intrusion at Eyjafjallajökull and Katla volcanoes in Iceland, from time series SAR interferometry. In: The VOLUME project – Volcanoes: Understanding subsurface mass movement, 13-24. The Volume Project, Dublin.

G. Larsen 2000. Holocene eruptions within the Katla volcanic system, South Iceland: Characteristics and environmental impact. Jökull 49: 1-28.

J. Miller 1989. The 10th century eruption of Eldgjá, Southern Iceland. Nordic Volcanological Institute report 8903. Reykjavík.

B. V. Óskarsson 2009. The Skerin ridge on Eyjafjallajökull, south Iceland: Morphology and magma-ice interaction in an ice-confined silicic fissure eruption. M.Sc. thesis, Faculty of Earth Sciences, University of Iceland. 111 bls./p.

R. Pedersen, F. Sigmundsson & P. Einarsson 2007. Controlling factors on earthquake swarms associated with magmatic intrusions; Constraints from Iceland. Journal of Volcanology and Geothermal Research 162: 73-80.

F. Sigmundsson, H. Geirsson, A. H. Hooper, S. Hjaltadóttir, K. S. Vogfjörð, E. Sturkell, R. Pedersen, V. Pinel, A. Fabien, P. Einarsson, M. T. Gudmundsson, B. Ofeigsson & K. Feigl 2009. Magma ascent at coupled volcanoes: Episodic magma injection at Katla and Eyjafjallajökull ice-covered volcanoes in Iceland and the onset of a new unrest episode in 2009, Eos Trans. AGU, 90(52), Fall Meet. Suppl., Abstract V32B-03.

E. Sturkell et al. 2010. Katla and Eyjafjallajökull Volcanoes. Developments in Quaternary Sciences 13: 5-21.

Th. Thordarson, J. Miller, G. Larsen, S. Self & H. Sigurdsson 2001. New estimates of sulfur degassing and atmospheric mass-loading by the AD#934 Eldgjá eruption, Iceland. Journal of Volcanology and Geothermal Research 108 (1-4): 33-54.

Th. Thordarson & Á. Höskuldsson 2002. Iceland – Classic Geology of Europe 3. Terra, Harpenden. 200 bls./p.

Various authors 2008. The Dynamic Geology of Iceland. Jökull 58. 422 bls./p.

EYJAFJALLAJÖKULL – SPRUNGUR OG ELDSTÖÐVAR

Tekið hefur verið saman kort af sprungum og eldstöðvum í og við Eyjafjallajökul til að gefa yfirlit yfir gerð eldstöðvakerfisins sem nú gýs. Kortið er sett ofan á ASTER-gervitunglamyndir frá 19. mars 2007 og 2. febrúar 2008. Jöklar, ár og vegir eru úr IS50 gagnagrunni Landmælinga Íslands. Sprungur og gosstöðvar sem koma fram á kortum voru leitaðar uppi á loftmyndum frá Loftmyndum ehf og hnitsettar samkvæmt þeim. Gerðar voru smávægilegar lagfæringar og leiðréttingar þar sem efni stóðu til og loftmyndirnar voru ótvíræðar. Það er þó ljóst að frekari endurbóta og athugana er þörf. Vinsamlegast komið leiðréttingum á framfæri við undirritaða vísindamenn hjá stofnuninni.

Páll Einarsson og Ásta Rut Hjartardóttir, Jarðvísindastofnun Háskóla Íslands

EYJAFJALLAJÖKULL – FISSURES AND VOLCANIC STRUCTURES

This preliminary map shows the Eyjafjallajökull central volcano and the associated volcanic system. ASTER satellite images are used as a base. Glaciers, rivers and roads are from the National Land Survey of Iceland IS50 database. The coordinates of fissures and volcanoes appearing here on this map were pinpointed using aerial photographs from Loftmyndir. Minor adjustments and corrections were made where necessary and where the aerial photographs were conclusive.

Compiled by Páll Einarsson and Ásta Rut Hjartardóttir
The Geoscience Institute of the University of Iceland, Reykjavík

HEIMILDIR | REFERENCES

Björnsson, Helgi, Finnur Pálsson & Magnús Tumi Guðmundsson, 2000. Surface and bedrock topography of Mýrdalsjökull, South Iceland: The Katla caldera, eruption sites and routes of jökulhlaups, Jökull 49: 29-46.

Einarsson, Páll & Kristján Sæmundsson, 1987. Upptök jarðskjálfta 1982-1985 og eldstöðvakerfi á Íslandi. Kort með bókinni „Í hlutarins eðli" (afmælisrit Þorbjarnar Sigurgeirssonar), ritstj. Þorsteinn I. Sigfússon, Menningarsjóður, Reykjavík.

Jakobsson, Sveinn P., 1979. Petrology of recent basalts of the Eastern Volcanic Zone, Iceland. Acta Nat. Island 21: 1-103.

Jóhannesson, Haukur, Sveinn P. Jakobsson & Kristján Sæmundsson, 1990. Jarðfræðikort af Íslandi, blað 6, Miðsuðurland, 3. útgáfa, Náttúrufræðistofnun og Landmælingar Íslands.

Jónsson, Jón, 1998. Eyjafjöll, drög að jarðfræði, Publ. 53, bls. 1-111, Rannsóknastofnunin Neðri Ás, Hveragerði, Ísland.

Torfason, Helgi & Höskuldur Búi Jónsson, 2005. Jarðfræði við norðvestanverðan Mýrdalsjökul. Í: Hættumat vegna eldgosa og hlaupa frá vestanverðum Mýrdalsjökli og Eyjafjallajökli (ritstj. Magnús Tumi Guðmundsson og Ágúst Gunnar Gylfason), Ríkislögreglustjóri og Háskólaútgáfan, Reykjavík, bls./p. 45-73.